ஜெயிப்பது நிஜம்

'இன்ஸ்பயரிங்' இளங்கோ

ACE Panacea Softskills (http://www.acea2z.com/) என்னும் நிறுவனத்தின் மேனேஜிங் டைரக்டரான இளங்கோ பன்முக ஆற்றலும் திறமையும் பெற்றவர். ஆங்கிலத்தில் முனைவர் பட்டம் பெற்றுள்ள இளங்கோ ஓர் ஆசிரியராகத் தன் பணியைத் தொடங்கினார். விளம்பரங்களுக்குப் பின்னணிக் குரல், இசைக் குழு, லைஃப் ஸ்கில் ட்ரெயினிங் என்று பல துறைகளில் வெற்றிகரமாகக் கால் பதித்திருக்கிறார். புகழ்பெற்ற பல விளம்பரங்களில் இவருடைய குரல் பயன்படுத்தப்பட்டு உள்ளது. இளங்கோ ஓர் உத்வேகமூட்டும் பேச்சாளரும் கூட. இந்திய அளவிலும் சர்வதேச அளவிலும் பல கருத்தரங்கங்களில் சிறப்புப் பேச்சாளராக கலந்துகொண்டு உரையாற்றியுள்ளார். ஆங்கில மொழிப் புலமை, கல்வி,சுயமுன்னேற்றம் உள்ளிட்ட துறை குறித்த இவருடைய கருத்துகள் ஆங்கில, தமிழ் மீடியாவில் தொடர்ச்சியாக பதிவு செய்யப்பட்டு வருகின்றன. பல்வேறு விருதுகளை இளங்கோ பெற்றுள்ளார்.

ஜெயிப்பது நிஜம்

'இன்ஸ்பயரிங்' இளங்கோ

கிழக்கு

ஜெயிப்பது நிஜம்
Jaipathu Nijam
by Ilango ©

First Edition: Januaray 2014
144 Pages
Printed in India.

ISBN: 978-93-5135-169-6
Title No. Kizhakku 756

Kizhakku Pathippagam
177/103, First Floor,
Ambal's Building, Lloyds Road,
Royapettah, Chennai 600 014.
Ph: +91-44-4200-9601

Email : support@nhm.in
Website : www.nhm.in

Author's Email: md@acea2z.com

Printed in India by Repro Knowledgecast Limited, Thane

Kizhakku Pathippagam is an imprint of New Horizon Media Private Limited

சமர்ப்பணம்

சந்திரமோகன்
நிறுவனர்-தலைவர்
நாமக்கல் டிரான்ஸ்போர்ட் கேரியர்ஸ்

உள்ளே

முன்னுரை

என்னைப் பற்றி என் அனுபவங்கள் பற்றி பதிவு செய்ய வேண்டும் என்ற எண்ணம் இருந்தது. நான் தன்முனைப்பு அளிக்கக்கூடிய பேச்சாளராக பல இடங்களுக்குச் சென்று பேசும்போது பலரும் என்னிடம் வந்து என் புத்தகங்கள் எங்கே கிடைக்கும் என்று கேட்பார்கள். அப்போதுதான் என்னைப் பற்றிய ஒரு புத்தகம் எழுதவேண்டும் என்று தோன்றியது. என்னை அறியாதவர்கள் என்னை அறியும் வகையிலும் என் சிந்தனைகள் மூலம் என்னை அறிந்தவர்களை எட்டும் வகையிலும் ஒரு நூல் இருந்தால் நலமாக இருக்கும் என்று நினைத்தேன்.

அப்போதுதான் கிழக்கு பதிப்பகத்தின் பத்ரி சேஷாத்ரியும் சத்யாவும் என்னை வந்து என் அலுவலகத்தில் சந்தித்தார்கள். என்னைப் பற்றி ஒரு நூல் கொண்டு வரலாம் என்று கூறினார்கள். நானும் அதைப்பற்றி யோசித்துக் கொண்டிருந்தேன். அடுத்த முறை பத்ரி சேஷாத்ரி மட்டும் வந்தார். அவர் நூல் எப்படி இருக்கவேண்டும் என்பது பற்றி குறிப்புகள் தயாரித்து வந்திருந் தார். அதை என்னிடம் விவரித்தார். அவர் பல வகையான பரிந்துரைகளைத் தந்தார். அதாவது ஒரு வாழ்க்கை வரலாறு நூல்போலவும் இருக்கக்கூடாது. வெறும் அறிவுரைகளின் தொகுப்பாகவும் இருக்கக்கூடாது. ஒரு நண்பர் பேசுவதுபோல இருக்கவேண்டும். சொந்த அனுபவங்களை கதைபோல் சொல்வதாக இருக்கவேண்டும். கதை கேட்பது எல்லோருக்கும்

பிடிக்கும் என்ற கருத்தின் அடிப்படையில் கதைபோல் அனுபவங்களைச் சொல்லலாம் என்று முடிவானது. அனுபவ பகிர்தலாக இருக்கவேண்டும் என்ற எண்ணத்தில் இப்படி ஒரு வடிவம் தீர்மானிக்கப்பட்டது. தொலைக்காட்சித் தொடர்களை பார்ப்பவர்கள் ஒவ்வொரு எபிசோடாகப் பார்ப்பதுபோல இருக்கும் படியும் இந்த நூலின் உட்பிரிவுகள் அமையும் வகையில் எழுதலாம் என்றும் கொள்ளப்பட்டது. வாழ்க்கை யில் நடந்தது என்ன என்பதை அப்படியே சொல்லாமல் ஒரு நிகழ்ச்சியாக ஒவ்வொரு உட்பிரிவும் விரித்துக் கொண்டே போவதுபோல் இந்த நூலை உருவாக்கலாம் என்று முடிவு செய்யப்பட்டது.

நான் கல்லூரிகளுக்கும் பல நிறுவனங்களுக்கும் போகும்போது ஆசிரியர்-மாணவர் உறவு பற்றியோ முதலாளி-தொழிலாளி உறவு பற்றியோ பேசவேண்டியிருக்கலாம். அப்போது அந்த உறவு களில் நேரும் பிரச்னை பற்றி என் அனுபவங்களிலிருந்து கூறினால் கேட்பவர்கள் கூர்மையாகக் கேட்கிறார்கள். மேலும் அதை மனத்தில் இருத்திக் கொள்கிறார்கள். அத்துடன் இல்லாமல் இன்று பத்தாவது பன்னிரண்டாவது படிக்கும் மாணவர்கள் தேர்வில் தோல்வி அடைந்தால் தற்கொலை செய்துகொள்ளும் பல செய்திகளைப் பார்க்க முடிகிறது. அந்த அளவு வலிமை யற்ற மனப்போக்குக் கொண்டவர்கள் முன்னிலையில் பேசும் போது மிகவும் கவனமாக பேசவேண்டியிருக்கிறது. இப்படிப் பேசும்போதும் பல பேரைச் சந்திக்கும்போதும் எனக்கு ஏற்படும் அனுபவங்களைத் தொகுத்து ஒரு நூலாக வழங்கினால் வாசகர் களுக்கும் பயன்படும் என்று தோன்றியது. மேலும் என்னைச் சந்திப்பவர்கள் நான் எதைச் சொல்கிறேனோ அப்படித்தான் வாழ்கிறேன் என்பதை உணர்கிறார்கள். அதனால் நான் என்ன கருத்துகளை, சிந்தனைகளைக் கொண்டிருக்கிறேன் என்பதை அறிய ஆசைப்படுகிறார்கள். அவர்களுக்காவும் இந்த நூல் உதவலாம்.

இந்த நூல் என்னைப் பொறுத்தவரை ஒரு நோக்கத்தைக் கொண் டிருக்கிறது. அதாவது வாசகர்களை இருக்கும் நிலையிலிருந்து வாழும் நிலைக்கு மாற்றவேண்டும் என்ற நோக்கத்தைக் கொண் டிருக்கிறது.

மலேஷியாவில் நான் ஒரு கூட்டத்தில் பேசும்போது இதைக் குறிப்பிட்டேன். அறிஞர் அண்ணா சொன்ன ஒரு மேற்கோள்,

‘பாருங்கள் உலகத்தில் எல்லா இடங்களிலும் தமிழர்கள் இருக்கிறார்கள்; மலேஷியாவில்தான் தமிழர்கள் வாழ்கிறார்கள்.’ அப்படித்தான் வாழ்தல் என்பது வேறு, இருத்தல் என்பது வேறு.

எனக்கு சில சொற்களை மறுவரையறை செய்யும் ஆர்வம் எப்போதும் உண்டு. என்னுடைய நிறுவனம் மென்மையான திறமைகளைக் கற்றுத்தரும் நிறுவனம் என்பதை மாற்றி வாழும் கலைகளைக் கற்றுத்தரும் நிறுவனம் என்றே நான் கருதுகிறேன்.

மற்றும் ஆங்கிலத்தில் ரெஸ்பாண்ட் (Respond) என்பதற்கும் ரியாக்ட் (React) என்பதற்கும் வேறுபாடு உண்டு. அதாவது அதை கொஞ்சம் விரிந்த பொருளில் பார்ப்போமானால் எந்த ஒரு அதிர்ச்சிகரமான செய்தியைக் கேள்விப்பட்டாலும் அல்லது யார் நம்மைப் பற்றித் தவறாகப் பேசினாலும் அதற்கு எப்படிப்பட்ட உணர்ச்சிகளை வெளிப்படுத்துகிறோம் என்பதைப் பொறுத்துத் தான் இந்த சொற்களின் மாறுபாடு அமைகிறது. உடனடியாக நிலமே பிளந்துவிட்டதுபோல் குதிப்பது ஒரு வகை. மற்றொரு வகை அமைதியாக எந்த ஒரு உணர்ச்சியும் இல்லாமல் சாந்தமான நிலையில் அந்த செய்தியை அல்லது அந்த விஷயத்தை கையாள்வது. இந்த இரண்டாவது வகைதான் உணர்ச்சிகளைக் கட்டுப்படுத்தி வைக்க உதவும்.

உணர்ச்சிகளை ஏன் கட்டுப்படுத்த வேண்டும்? நமக்கும் மற்ற உயிர்களுக்கும் உள்ள வேறுபாடே இந்த உணர்ச்சிகளைக் கட்டுப் படுத்துவதில்தான் இருக்கிறது. நகைச்சுவை உணர்ச்சி முக்கிய மாக மனிதர்களுக்கு இருப்பது விலங்குகளுக்கு இருப்பதாகத் தெரியவில்லை. அடுத்து உணர்ச்சிகளைக் கட்டுக்குள் வைப்பது. அதன் மூலம் இருத்தலிலிருந்து வாழ்தலுக்குப் போவது. அதுதான் இந்த நூலின் நோக்கம். நம் வாழ்வில்கூட ஒவ்வொரு நிமிடமும் இருத்தலிலிருந்து வாழ்தலுக்கு நகர்வது பற்றிய கவனம் நம்மிடம் இருக்கிறதா என்பதை சுட்டிக்காட்டும் நூலாக ஒரு முயற்சி மேற்கொள்ளப்பட்டிருக்கிறது.

இதெல்லாம் எல்லோருக்கும் தெரியாத கருத்துகளல்ல. தெரிந்த கருத்துகளை தெளிவாக்கும் முயற்சிதான் இது. தெரிந்த ஒன்றைப் பற்றி இன்னும் நன்றாகத் தெரிந்துகொள்ளும் முயற்சி என்றும்கூடச் சொல்லலாம். மேலும் இதில் உலகத்தைப் புரட்டிப்போடும் கூறுகள் இருப்பதாக சொல்லவில்லை. வாழ்தலை சாத்தியப்படுத்தும் கூறுகள் இருக்கின்றன. வாழ்தலின்

கூறுகள் மகிழ்ச்சியை உறுதிப்படுத்தும். அது வெற்றியை நோக்கி நடைபோட வைக்கும். அதுதான் இந்த நூலின் இலக்கு.

இது அறிவுரை அல்ல. அறிவுரை என்பது இலவசமாகக் கிடைக்கக்கூடியது. பொதுவாக ஏற்கக்கூடியதாக இருக்காதது. உதவி கேட்டால் அறிவுரை கிடைக்கும்; அறிவுரை கேட்டால் உதவி கிடைக்கும். அப்படி அல்லாமல் இது ஒரு நண்பர் உரை யாடுவதைக் கேட்பது போன்றது. ஒரு பெரிய வட்டமேஜையில் அமர்ந்துகொண்டு ஜாலியாக பேசிக்கொண்டிருக்கும்போது எனக்குத் தெரிந்த சில கருத்துகளைக் குறிப்பிட்டுப் பேசுகிறேன் அவ்வளவுதான்.

என்னைப் பற்றி எப்போதும் நான் சொல்லிக் கொள்வது உலகத்திலேயே மகிழ்ச்சியான மனிதன் நான் என்பது. The happiest man in The world. அதுபோல் மகிழ்ச்சியாக வைத்துக்கொள்வது என்பது எப்படி முடிந்தது. மகிழ்ச்சியாக என்னை நானே கையாள்வது பற்றியும் நான் இதில் சொல்ல வேண்டும் என்று நினைத்தேன். இந்த வகையான மகிழ்ச்சி என்பது தெரிந்தே உருவாக்கிக் கொள்ளும் நிலை. மேலும் அதை எப்போதும் அதே நிலையில் வைத்துக் கொள்ளும் ஒரு முயற்சி. இதை நான் பிரச்னையின்றி இத்தனை ஆண்டுகளாகக் கட்டுக் கோப்பில் வைத்திருப்பது பற்றிய ஒரு முதல் ஆவணமாகவும் இந்த நூல் இருக்கலாம்.

இந்த நூலைப் படிக்கும் வாசகர்கள் மூன்று அம்சங்களைக் கருத் தில் கொள்ளவேண்டும். ஒன்று திறந்த மனத்துடன் படிப்பது. இரண்டாவது என்னை நண்பராக ஏற்பது. மூன்றாவது என்னைப் பற்றித் தெரிந்தவர்கள் மேலும் தெரிந்து கொள்ள படிப்பது.

என் கல்வி, என் மேற்படிப்பு என் வேலை தொடர்பான செய்தி களையும் அதை எல்லாம் நான் எப்படி எதிர்கொண்டேன் என்பது பற்றியும் இந்த நூல் சொல்லவேண்டும் என்று நினைத்தேன். இது என்னுடைய முதல் நூல் என்பதால் இது போன்ற அடிப்படை விஷயங்களைச் சொல்வது பொருத்தமாக இருக்கும். மேலும் இளம் வயது அனுபவங்கள் முதல் இப்போதைய அனுபவங்கள் வரையிலான செய்திகளைப் பற்றிய ஒரு பறவைப் பார்வையாக இதில் தொகுக்கலாம் என்ற எண்ணம் வந்தது.

என்னுடைய சிறுவயது அனுபவங்கள் பள்ளியில் நடந்த நிகழ்ச்சிகள் போன்றவற்றை எழுதுவது என்பது ஒரு வாழ்க்கை வரலாறு தொனியில் இல்லாமல் நிகழ்ந்ததை மறுகூறலாக இருக்கவேண்டும் என்று முடிவு செய்யப்பட்டது. அதனால் இது முற்றிலும் சுயவிவரங்கள் மட்டுமே உள்ள நூல் இல்லை. மேலும் இதில் இருக்கும் அம்சங்கள் எனக்குத் தெரிந்தவர்களும் தெரியாதவர்களும் உறவு கொள்ளும் வகையில் எழுதப்பட்டிருக் கின்றன. சொல்லப்பட்டிருக்கின்றன. இப்படி இருக்கவேண்டும் என்பதுதான் கிழக்கு பதிப்பகத்தாரின் எதிர்பார்ப்பாக இருந்தது.

இந்த நூல் எழுதுவற்கு முன் என்னை பேட்டி காண திரு. சுந்தர் வந்திருந்தார். அவர்தான் இந்த நூலில் உள்ள செய்திகளை நான் சொல்ல அப்படியே எழுதியவர். முதலில் அவருக்கு ஒரு நன்றி. சுந்தர் என்னை ஒரு இணையதளத்துக்காகப் பேட்டிக் காண வந்தபோது என் வாழ்வில் நடந்த பல விஷயங்களைக் கேட்டு எழுதினார். அந்த விஷயங்களை நூலாக எழுதலாம் என்று எனக்குத் தோன்றியது. சுந்தரிடம் நான் என் அனுபவங்களை சொல்லச் சொல்ல அவர் குறிப்பெடுத்துக் கொள்வார். சில சமயங்களில் அதை அப்படியே ஒலிப்பதிவு செய்துகொள்வார். அதை அப்படியே ஒரு கட்டுரைபோல் எழுதிவிடுவார். இது கிழக்கு பதிப்பகத்தாரின் தமிழ்பேப்பர். காம் இணைய இதழிலும் தொடராக வந்தது. அப்போது அதைப் படித்தவர்கள் என் அனுபவங்களைப் படித்ததிலும் பெரும் உற்சாகம் அடைந் தார்கள்.

தொடர்ந்து அதை அப்படியே நூலாக்கலாம் என்ற எண்ணம் வந்தது. இணையதளத்தில் வந்ததைவிட நூலில் சிறிது விரிவாக எழுதலாம் என்பதால் அதை விரித்து நூல் வடிவில் எழுத முடிந்தது.

என் வாழ்க்கையில் என்னைப் படிக்க வைத்து இந்த நிலைக்குக் கொண்டு வந்தவர் சமீபத்தில் மறைந்த என் தாயார். எனக்கு எப்போதும் எல்லா நிலையிலும் உறுதுணையாக இருந்தவர். அவருடைய போராட்ட குணம்தான் எனக்கும் வாய்த்திருக்கிறது. அதற்கு அவருக்குத்தான் நன்றி சொல்லவேண்டும்.

நான் ‘சிறந்த இளம் இந்தியன்’ என்ற விருதை வாரணாசியில் வாங்கப் போனேன். அப்போது ‘சிறந்த இளம் தொழில் முனைவோரு’க்கான விருதை வாங்க வந்திருந்தார் நாமக்கல்

டிரான்ஸ்போர்ட் கேரியர்ஸின் நிறுவனர் தலைவர் திரு. சந்திரமோகன். அவர் என்னை அன்று இரவு வந்து சந்தித்தார். அதிலிருந்து மிகவும் நெருங்கிய நண்பரானார். அவர் எனக்கு இப்போது எல்லா விஷயங்களிலும் பெரிதும் உதவிகரமாக இருக்கிறார். அதனால் இந்த நூலை அவருக்கு சமர்ப்பிக்கிறேன்.

அடுத்து என்னைவிட என் வளர்ச்சியில் அதிக அக்கறை காட்டி என் எல்லா சுக துக்கங்களிலும் பங்கெடுக்கும் என் நெருங்கிய நண்பர் ஏடிஜிபி டாக்டர். சைலேந்திர பாபுவுக்கும் என் மனமார்ந்த நன்றிகளைச் சொல்லவேண்டும். அவரும் தன்முனைப்பு பேச்சாள ராக இருக்கிறார். பல கல்லூரிகளில் பேசுகிறார். இப்போதெல் லாம் அவர் என் வாழ்க்கையை குறிப்பிட்டுச் சொல்வதை வழக்க மாகக் கொண்டிருக்கிறார். மேலும் பல திரைப்பட நடிகர்கள் காவல்துறை பொறுப்பில் உள்ளவரைப்போல் வேடமேற்றால் உடனே அதற்கான தயாரிப்புகளை மேற்கொள்ள நாடுவது டாக்டர். சைலேந்திர பாபுவைத்தான். அவரை உற்றுக் கவனித்து பல நடிகர்கள் தங்கள் நடிப்பை வடிவமைத்துக் கொள்கிறார்கள்.

திரு. சந்திரமோகனின் உதவியாளர் திரு. ரிச்சர்ட் என் தாயார் உடல்நலம் குன்றி இருந்தபோதும் இறந்த போதும் பெரும் உதவிகளைச் செய்தார். அவருக்கும் இந்த நூல் மூலம் நன்றி சொல்ல கடமைப்பட்டிருக்கிறேன்.

என் அலுவலகத்தில் திட்ட இயக்குநராகப் பணிபுரியும் திருமதி. பிரேமலதா எனக்கு பக்கபலமாக இருந்து பணிபுரிகிறார். அவருக்கும் நன்றி.

என் தம்பி ராஜா, என் நண்பர்கள், பெரியசாமி மற்றும் பெயர் குறிப்பிடாத அனைவருக்கும் என் நன்றிகள் எப்போதும் உண்டு.

இந்த நூலை உருவாக்க என்னுடன் வந்து பேசி ஆலோசனைகள் சொல்லி எனக்கு உதவிய கிழக்கு பதிப்பகத்தாருக்கும் அதன் நிறுவனர் திரு. பத்ரி சேஷாத்ரிக்கும் எனது நன்றிகள்.

-இளங்கோ

1

குறை ஒன்றும் இல்லை

REACTING TO AN UNEXPECTED SITUATION

சிறு வயது முதல் தமிழ் மீடியத்திலேயே படித்த எனக்கு ஆங்கிலத்தில் சரளமாகப் பேச வேண்டும் என்பது நீண்ட நாள் கனவு. பத்தாம் வகுப்புத் தேர்வில் நல்ல மதிப்பெண்கள் பெற்று பள்ளியில் முதலாவதாக வந்தேன். பிளஸ் 2விலும் நல்ல மதிப்பெண்கள் (மாவட்டத்தில் முதல்) எடுத்ததை அடுத்து, லயோலா கல்லூரியில் பி. ஏ. ஆங்கில இலக்கியம் சேர்ந்தேன்.

ஆங்கிலம் பேசவேண்டும் என்கிற தணியாத ஆவல் காரணமாக, ஆங்கிலத்தில் பேசும் மாணவர்களுடன் எனது நட்பை - அவர்கள் விரும்புகிறார்களோ இல்லையோ - நான் வளர்த்துக்கொள்ள முனைந்தேன். விளைவு... பல அவமானங்கள்... ஏளனங்கள்... புறக்கணிப்புகள். ஆங்கிலத்தில் பேசவேண்டும் என்கிற ஒரே உந்துதல் காரணமாக அனைத்தையும் தாங்கிக்கொண்டேன்.

கல்லூரியில் நடைபெறும் இலக்கியம் தொடர்பான நிகழ்ச்சிகள், நாடகங்கள், அனைத்திலும் நான் நம்பிக்கையுடன் கலந்து கொள்வேன். எனக்கு இருந்ததெல்லாம் ஒரே ஒரு லட்சியம் தான். ஆங்கிலத்தில் பேசவேண்டும்... மிகச் சரளமாக ஆங்கிலத் தில் பேசவேண்டும் என்பதுதான்.

இதெல்லாம் ஒரு விஷயமா? இதென்ன பிரமாதம்? நிறைய பேருக்கு இருக்கும் தாகம்தானே இது? என்று உங்களுக்குத்

தோன்றுகிறதல்லவா? ஒரு முக்கியமான விஷயத்தை நான் உங்களுக்குச் சொல்ல மறந்து விட்டேன். எனக்கு பிறவியி லிருந்தே பார்வை கிடையாது. ஆமாம்... நான் ஒரு பார்வையற்ற சிறப்புத் திறனாளி. இனிமேல் மாற்றுத் திறனாளி என்பதை சிறப்புத் திறனாளி என்று பயன்படுத்தலாம். Differently abled person என்பதை விட specially abled person என்று கூறலாம்.

இந்தச் சூழலில், கல்லூரியில் இருந்த சில சீனியர்களுக்கு என்னை ஏனோ பிடிக்காமல் போய்விட்டது. என்னுடைய ஆங்கில தாகம், எல்லோரிடமும் ஆங்கிலத்திலேயே பேசும் பழக்கம் இதெல்லாம் ஏனோ அவர்களுக்குப் பிடிக்கவில்லை போல. குறிப்பாக ஒரு சீனியர் மாணவனுக்கு - அவன் பெயர் ராபர்ட் என்று வைத்துக்கொள்ளுங்களேன் - அவனுக்கு என்னைக் கண்டாலே ஆகவில்லை.

இந்த ராபர்ட்தான் அந்த காலேஜிலேயே ராகிங் ஸ்பெஷலிஸ்ட். அதுவும் எப்படிப்பட்ட ராக்கிங் ஸ்பெஷலிஸ்ட் என்றால் அவன் யாரையாவது ராக்கிங் செய்தான் என்றால், ஜஸ்ட் ஐந்தே நிமிடங்களில் சம்பந்தப்பட்ட அந்த நபரை அழ வைத்து விடுவான். மேலே கை வெக்கமாட்டான். அடிக்க மாட்டான். ஆனா வார்த்தைகளாலேயே சாகடித்து விடுவான்.

எப்பேர்ப்பட்ட மனவுறுதி மிக்க ஆளாக இருந்தாலும் அவனிடம் நிற்க முடியாது. அவர்களை அழவைக்காமல் விடவேமாட்டான். கத்தியின்றி ரத்தமின்றி வார்த்தைகளாலேயே காயப்படுத்தி விடுவான். கண்ணீரில் கண்கள் கலங்கியதும்தான் அவர்களை விடுவான். இப்படிப்பட்ட ராபர்ட்டுக்குதான் என் மேல் ஒரு வெறுப்புணர்வு. 'என்ன இவன் எப்போ பார்த்தாலும் இங்கிலீஷ், லிட்டரேச்சர், டிராமா, காம்பெடிஷன் அப்படி இப்படின்னு சீன் போட்டுகிட்டே இருக்கான்? அதுவும் நம்மளையெல்லாம் சுத்தமா கண்டுக்குறதேயில்லை?' என்கிற எரிச்சல்.

ஒரு நாள் நான் அவன் கண்ணில் மாட்டிக்கொண்டேன். 'ஏய்... இங்கே வா...' என்று கூப்பிட்டான். 'நான் இங்கே இருக்கேன். கரெக்டா பார்த்து வா' - அதிலேயும் ஒரு நக்கல்.

நான் போனேன்.

'Tell me senior'

‘ஏய்... என்ன இங்கிலிஷ்ல பேசுறே? தமிழ் தெரியாதா உனக்கு?’

‘Yes... I know senior'

‘அப்போ தமிழ்ல பேசு’

'No senior. I am speaking in English because you know English and understand it senior. Isn't it?'

‘என்ன மறுபடியும் இங்கிலிஷ்ல பேசுறே... தமிழ் தெரியும்ல? ஒழுங்கா தமிழ்லயே பேசு...’

‘சரி...’

‘நான் பொதுவா உன்னை மாதிரி சிறப்புத் திறனாளிகளை ராகிங் செய்றதில்லே... ஆனா நீ ரொம்ப திமிர் பிடிச்சவன். உன்னை ராக்கிங் பண்ணியே தீர்றதுன்னு முடிவு பண்ணிட்டேன்’

‘சரி...’

‘ஓகே.... . எங்களை மாதிரி கண்ணு தெரிஞ்ச ஆளுங்களோட சரி சமமா படிக்கிறது உனக்கு கஷ்டமாயில்லே? எப்படி உன்னால முடியுது?’

இப்படியாக எங்கள் உரையாடல் சிறிது நேரம் நீள்கிறது. பல்வேறு விஷயங்களைப் பற்றி என்னிடம் அவன் கேட்கக் கேட்க, நானும் சளைக்காமல் பதில் சொல்லிக்கொண்டே வருகிறேன். அதற்கிடையில் ராபர்ட் என்னை ராக்கிங் செய்வதைப் பார்க்க அங்கு ஒரு பெரிய கூட்டமே கூடிவிட்டது.

என்னுடைய லட்சியமே ‘இந்த காலேஜ்ல சேர்ந்து இங்க்லீஷ்ல ஒரு கலக்கு கலக்கணும், அதுல ஒரு சாதனை பண்ணனும்’ என்பதுதான் என்பதைப் புரிந்துகொள்ளும் ராபர்ட், எந்த அஸ்திரத்தை வீசினாலும் நான் கலங்காது உறுதியாக நிற்கும் நிலையில்.... கடைசியில்... அந்தக் கீழ்த்தரமான செயலில் இறங்குகிறான்.

‘சரி... நீ இங்கிலீஷ்ல பெரிய எக்ஸ்பர்ட்தான். பெரிய ப்ரொஃபசர்தான்... ஒத்துக்குறேன். நான் கேட்குற சில கேள்விகளுக்கு முதல்ல பதில் சொல்லு’

‘உங்க அம்மாவை நீ பார்த்திருக்கியா?’

எனக்கு என்ன சொல்வதென்றே தெரியவில்லை. பார்வையில்லாதைப் பற்றி நான் என்றுமே பெரிதாக அலட்டிக்கொண்டதில்லை. ஏனெனில், எனக்கு SIGHT தான் இல்லையே தவிர VISION உண்டு என்பதை நம்புகிறவன் நான். ஆனால், இந்தக் கேள்வி என்னை நிலைகுலைய வைத்துவிட்டது. என் நிலையில் என்ன சொல்ல முடியும்? எனவே மௌனமாக நின்றுகொண்டிருந்தேன். எனது நிலையைப் புரிந்துகொண்ட ராபர்ட் மேலும் மேலும் கேள்விகளை வீசுகிறான்.

'உன்னை பத்து மாசம் சுமந்து பெத்த உங்கம்மா எப்படியிருப்பாங்க தெரியுமா?'

'..........' (மௌனம்)

'உன் அப்பா எப்படியிருப்பார்?'

'.........' (மௌனம்)

'இந்த சூரியன், சந்திரன், நட்சத்திரம் இதெல்லாம் எப்படியிருக்கும் தெரியுமா?'

'..........' (மௌனம்)

'ரெயின்போ, மலை, அருவி, நதி, போன்ற இயற்கை காட்சிகள் எப்படியிருக்கும்னு தெரியுமா?'

'..........' (மௌனம்)

'சரி... அதையெல்லாம் விடு. நீ எப்படியிருப்பேன்னு உனக்குத் தெரியுமா? உன் முகம் எப்படியிருக்குன்னு உனக்குத் தெரியுமா?'

'..........' (மௌனம்)

'தெரியாதில்லே... உன் முகமே உனக்கு எப்படியிருக்கும்னு தெரியாது. நீ என்ன இங்கிலீஷ்ல டிகிரி படிச்சு, இங்கிலீஷ்ல பேசிக் கிழிக்கப்போறே? நீ வாழ்ந்து என்னத்தை சாதிக்கப் போறே? உனக்கெல்லாம் சாகணும்னே தோணினது இல்லையா? என்னடா வாழ்க்கை இது... பேசாம தற்கொலை பண்ணிக்கிட்டு செத்துடலாம்னுகூட தோணினது இல்லையா? உண்மையைச் சொல்லு...'

ஒரு உயிரைக் கொல்வதுதான் கொலை என்பதில்லை. இப்படி ஒருவரை பலர் முன்னிலையில் காயப்படுத்துவது, அவமானப் படுத்துவது, அவரது கேரக்டரை கொல்வதுகூட (Character Assassination) கொலைதான். படுகொலை. சொல்லப்போனால் உயிரை எடுப்பதைவிட இது கொடுமையானது. மிகுந்த வலியைத் தரக்கூடியது.

தீப்பால தான்பிறர்கண் செய்யற்க நோய்ப்பால
தன்னை அடல்வேண்டா தான். *(குறள் 206)*

என்ற குறள் தான் நினைவுக்கு வருகிறது,

ராபர்ட் கேட்ட கேள்விகளுக்கு என்னுடைய நிலைமையில் நீங்கள் இருந்திருந்தீர்கள் என்றால் என்ன செய்திருப்பீர்கள்... என்ன பதில் சொல்லியிருப்பீர்கள் என்று ஒரு நிமிடம் கற்பனை செய்து பாருங்கள்.

பார்வையில்லாத சூழ்நிலையில நான் வேற என்ன பண்ண முடியும்? என்னளவில் நான் ஒரு ஹீரோ தான். ஆனால் சினிமா ஹீரோ அல்ல.

இது ஷூட்டிங் இல்லே... கலை நிகழ்ச்சி மேடையில்லை... வசனம் எழுதித் தர இது நாடகமுமில்லை... நிஜம் ... துடிக்க வைக்கும் நிஜம்...

ஒரு சில வினாடிகளுக்குப் பிறகு... நான் மௌனத்தை உடைக் கிறேன்.

ராபர்ட்டிடம்... 'முதல்ல நீ கையை கொடு... ஜஸ்ட் வான்ட் டு ஷேக் மை ஹாண்ட்ஸ் வித் யு.... சூ என்றேன்.

'டேய்... முதல்ல நான் கேட்ட கேள்விக்கு பதில் சொல்லு... சமாளிக்காத'

'நோ... நோ... நீ கையை கொடேன். அப்புறம் சொல்றேன்'

வேண்டா வெறுப்பாக ராபர்ட் கைகளை நீட்ட, அழுத்தமாக அவனது கைகளைப் பற்றி குலுக்கினேன்.

பின் டிராப் சைலன்ட்டாக நான் சொல்லப்போவதை மொத்த கூட்டமும் பார்த்து கொண்டிருக்கிறது.

‘முதல்ல உனக்கு நான் நன்றி சொல்லணும்னு ஆசைப்படுறேன். தேங்க் யூ வெரி மச். எனக்கு இதுக்கு முன்னாடி ரெண்டு மூணு தடவை நீ சொன்ன மாதிரி தற்கொலை எண்ணம் வந்திருக்கு. ‘பார்வையில்லாம எதுக்கு இந்த உலகத்துல வாழணும்? பேசாம செத்துடலாம்’னு யோசிச்சிருக்கேன். ஆனா, உன்னைப் பார்த்ததும், இந்த நிமிஷத்துல இருந்து அந்த எண்ணத்தை மாத்திக்கிட்டேன். நான் வாழ்ந்து காட்டுறேன். என்னால என்ன முடியும்னு சாதிச்சு காட்டுறேன். உன்னை மாதிரி மிருகங்களே வெட்கமில்லாம இந்த உலகத்துல நடமாடும்போது நான் எதுக்கு சாகணும்?’

ராபர்ட், நான் சொன்னதை அதிர்ச்சியுடன் கேட்டபடி நின்று கொண்டிருக்க ஒரு சில வினாடிகள் நிசப்தத்தைத் தொலைக்கும் விதமாக கூடியிருந்த மொத்த கூட்டமும் ஒரு கணம் நான் சொன்ன பதிலுக்கு விசிலடித்துக் கைகளை தட்டியது.

அப்புறம் என்ன? ஒரே நாளில் நான் காலேஜ் முழுக்க ஒரு ஹீரோ ரேஞ்சுக்கு பாபுலராகி விட்டேன். ராபர்ட்டின் நண்பர்கள் எல்லாம் அதற்குப்பிறகு அவனை ஒதுக்கிவிட்டு என்னுடைய நண்பர்களாகி விட்டார்கள். ஐ மீன்... நான் அதை தூண்ட வில்லை. அவர்களுக்கே மனசாட்சி உறுத்தியிருக்கும் என்று தோன்றியது.

அன்றைக்கு என் மனத்தில் கொழுந்துவிட்டெரியத் தொடங்கிய லட்சியத் தீ.... இன்றுவரை எரிந்துகொண்டிருக்கிறது.

நான் லயோலா கல்லூரியில் பி. ஏ. படிப்பில் நல்ல மதிப்பெண்கள் பெற்று பட்டம் பெற்றபின்பு, அங்கேயே முதுகலைப் பட்டப் (எம்.ஏ.) படிப்பில் சேர்ந்தேன். 1994ல் கல்லூரியை விட்டு வெளிவந்தபோது சிறந்த மாணவராக லயோலா கல்லூரி நிர்வாகம் விருதளித்துப் பாராட்டியது. பின்னர் சென்னை பல்கலைகழகத்தில் ‘ஆங்கிலத்தை எப்படி கற்றுத் தருவது?’ என்ற தலைப்பில் ஆய்வு மேற்கொண்டு M.Phil முடித்தேன். பின்னர் சி.பி.எஸ்.இ. பள்ளி ஒன்றில் ஆசிரியப் பணி. வாரயிறுதிகளில் மற்ற ஆசிரியர்களுக்கு கற்றுத்தருவது குறித்து பட்டறைகள் நிகழ்த்துவேன். பிறகு குருநானக் கல்லூரியில் விரிவுரையாளர். பின்னர் நான் பயின்ற சென்னை பல்கலைக்கழகத்திலேயே விரிவுரையாளராகப் பணி.

இன்னும் பிரின்ஸ் ஜுவல்லரி மற்றும் ரேமண்ட்ஸ் ஷர்டிங் - ஷுட்டிங் விளம்பரங்களில் ஆங்கிலத்தில் ஒலிக்கும் குரல் (Prince Jewellery Panagal Park, RaymondsThe Complete Man) என்னுடையது தான்!

அது மட்டும் இல்லை.... வேற பல நிறைய விளம்பரங்களுக்கு வாய்ஸ் ஓவர் ஆர்ட்டிஸ்ட் நான். தொழில்முறை பாடகர். சாஸ்திரிய சங்கீதத்தில் ஓரளவு பாண்டித்யம் உண்டு. தமிழ், இந்தி, மலையாளம், கன்னடம், தெலுங்கு என ஆயிரம் பாடல் களுக்கு எந்த நோட்ஸும் இல்லாமல் என்னால் பாட முடியும். சங்கீதம் கற்றிருக்கிறேன். கீபோர்ட் வாசிப்பேன். மிமிக்ரி செய்வேன். பள்ளி கல்லூரி ஆசிரியர்களுக்கு ஆங்கிலம் கற்றுத் தருகிறேன்.

இளங்கோ என்கிற பெயருடைய நான் தற்போது, ACE PANACEA SOFTSKILLS PVT. LTD. என்ற வளர்ந்து வரும் ஒரு மனிதவள மேம்பாட்டு நிறுவனத்தின் நிர்வாக இயக்குனர். தமிழகம் முழுதும் ஆசிரியர்களுக்கும், மாணவர்களுக்கும், நிறுவன ஊழியர்களுக்கும் பயிற்சியளிக்கும் பணி என்னுடையது. என் கீழுள்ள சுமார் 300 பயிற்சியாளர்கள் மற்றும் 50 ஊழியர்களின் ஊதியத்துக்கு நான்தான் பொறுப்பு. ஒரு வருடத்துக்குக் குறைந்தது பதினைந்தாயிரம் மாணவர்களை சந்தித்து, அவர் களின் முன்னேற்றத்துக்கு என்னால் முடிந்த அளவுக்கு ஒரு கிரியா ஊக்கியாக செயல்படுகிறேன்.

தொலைக்காட்சியில் நிகழ்ச்சிகள் நடத்துகிறேன். மேடைப் பாடகராக இருந்திருக்கிறேன். கின்னஸ் சாதனைக்காக பல மணி நேரம் பாடி சாதனை படைத்திருக்கிறேன்.

தொழில்முறையிலான பயிற்சிகளை தொழிலாளர்களுக்கு வழங்குவதிலும் மாணவர்களுக்குத் தேவையான பயிற்சிகளை வழங்குவதிலும் என் நிறுவனம் சேவை செய்கிறது.

என் வாழ்க்கையில் ராபர்ட் மாதிரியான ஓர் மாணவரை சந்தித் திருக்காவிட்டாலும்கூட இதை எல்லாம் நான் செய்திருப்பேன். ஆனால் இப்போது என்ன ஆகிவிட்டது. ராபர்ட் என்ற ஆளுமை எனக்குள் வந்துவிட்டது. அது என்னைக் கண்காணிக்கிறது. நான் அவனிடம் வைத்த சவாலில் வெல்ல என்ன செய்கிறேன் என்று அந்த ஆளுமை என்னை விடாமல் கண்காணிக்கிறது.

இதுபோல் எதிர்மறையான கருத்துகளை ஒருவரிடம் செலுத்து வதால் அந்த நபரை நிலைகுலைய வைத்துவிடலாம் அல்லது அந்த நபரின் எதிர்காலத்தை தாக்குதலுக்கு உள்ளாக்கிவிடலாம் என்று பலர் நினைத்துக் கொண்டிருப்பார்கள். சிறிய விளை யாட்டுபோலவும்கூட இதைச் செய்வார்கள். அல்லது அது விளையாட்டு என்று தெரியாதபடிகூட மறைமுகமாக ஏதாவது செய்வார்கள். நாம் இது போன்ற கருத்துகள் கொண்டவர்களிட மிருந்து பெறவேண்டியது நேர்மறையான நமக்கான ஆளுமையே தவிர அவர்களுடைய நோக்கத்தையோ கருத்தையோ அல்ல. இதைப் புரிந்துகொண்டால் நம்மை யாரும் எந்த விதத்திலும் பாதிக்க முடியாது.

நம் வளர்ச்சி பொறுக்காமல் சிலர் இப்படி நடந்துகொள்ளலாம். நம் வாழ்வின் எந்த காலகட்டத்திலும் நாம் இப்படிப்பட்ட நபர் களை எதிர்கொள்ளலாம். எப்போதும் எந்த வகையான இன்னல் களும் தடைகளும் யாரிடமிருந்து வந்தாலும் அதை சமாளிக்கும் ஆற்றல் நம்மிடம் இருந்தால் போதும். நம் ஆளுமையை பலமாக வைத்துக் கொண்டால் போதும். இதை ஒரு பொருட்டாக நாம் நினைக்கமாட்டோம்.

என்னை என் குறை காரணமாக தாழ்வுமனப்பான்மையில் தள்ள பல சந்தர்ப்பங்கள் உருவாகின. ஆனால் அவற்றில் நான் அடிபட்டிருந்தால் இந்த நிலைக்கு வந்திருக்க முடியாது. என் குறை எனக்கு இருப்பது. ஆனால் நான் உருவாக்கும் வாழ்க்கை மற்றவர்களையும் உள்ளிணைத்தது. நான் எனக்காக மட்டும் என் வாழ்க்கையைத் தொடரவில்லை. என்னைப் போன்றவர்களுக் காகவும் என்னைப்போல் இல்லாத மற்றவர்களுக்காவும் தான்.

சிறப்புத் திறனாளி என்ற எண்ணம் இல்லாமல்தான் இந்த வாழ்க்கையை நான் அணுகுகிறேன். என்னை சிறப்புத் திறனாளி என்ற பச்சாதாபம் இல்லாமல் அணுகவேண்டும் என்றுதான் எதிர்பார்க்கிறேன்.

என் குறையைச் சுட்டிக்காட்டி தங்களின் நிறைவைக் கொண்டாடுபவர்கள் உண்மையில் குறை கொண்ட மனம் கொண்டவர்கள் என்றே நான் கருதுகிறேன். அவர்களின் குறையைப் போக்குவது என்பது அவர்களுடைய நேர்மறை சிந்தனையைப் பொறுத்தது.

தொடர்ந்து அடுத்தடுத்த அத்தியாயங்களில், என்னுடைய லட்சியப் பயணம், சவால்களை நான் எதிர்கொண்ட விதம், தன்னம்பிக்கை, எதிர் நீச்சல், இப்படி பல விஷயங்களை நாம் தொடர்ந்து பார்க்கப்போகிறோம். அதன் மூலம் உங்கள் வாழ்க்கைக்குத் தேவையான வழிகாட்டுதல்களை நீங்கள் அடையலாம்.

'வாழ்ந்து காட்டுவதைவிட பழிவாங்கும் செயல் எதுவுமில்லை' என்பதை அழுத்தந்திருத்தமாக நம்புகிறவன் நான்.

எனவே வாருங்கள் வாழ்ந்து காட்டுவோம்!

> நமக்கு என்ன நடக்கிறதோ அது வாழ்க்கையல்ல; நமக்கு நடப்பவற்றிற்கு நாம் எப்படி ரெஸ்பாண்ட் செய்கிறோம் என்பதைப் பொறுத்ததே வாழ்க்கை!

2

நூற்றுக்கு நூறு

(MOTIVATION FROM NEGATIVE FEEDBACK)

முதல் வகுப்பிலிருந்து ஐந்தாம் வகுப்புவரை, பள்ளியில் பலவீனமான மாணவர்களுக்கு நடக்கும் அநியாயங்களை தட்டிக் கேட்க வேண்டும் என்ற ஆர்வமுள்ள ஒரு சினிமா ஹீரோ போல எண்ணிக் கொண்டு அதிக குறும்புகளைச் செய்துகொண் டிருந்தேன். என் ஆசிரியர்கள்கூட என் குறும்புகளைப் பார்த்து பயந்தார்கள். என் அம்மா மட்டும் என்னை அடக்க நல்ல வழியைத் தெரிந்து வைத்திருந்தார். தடியை எடுத்து அடி பின்னி விடுவார். இருந்தாலும் என் குறும்புகள் குறையவே இல்லை. ஆனால் போகப் போக, அதன் பிறகு என் குடும்ப சூழ்நிலை காரணமாக நான் படிப்பில் அதிக கவனம் கொள்ளவேண்டி யிருந்தது. என் தாயார் என்மீது ஏராளமான நம்பிக்கை வைத்திருந்தார்கள். அதனால் நான் முதல் வகுப்பிலிருந்து ஐந்தாம் வகுப்புவரை செய்த குறும்புகளை எல்லாம் மூட்டை கட்டி வைத்துவிடவேண்டி இருந்தது.

சின்ன வயதில் இருந்தே நான் பார்வையற்றோர் பள்ளியில் தாங்க படிச்சிட்டு வந்தேன். படிப்பில் ஓரளவு சுட்டி நான். ஆனால் கணக்கில் மட்டும் கொஞ்சம் வீக். நிறைய பேருக்கு இருக்கும் பிரச்னைதான் இது. எல்லா சப்ஜெக்டும் நல்லா வந்தாலும் ஏதாவது ஒரு சப்ஜெக்ட் மட்டும் மக்கர் பண்ணும். எனக்கும் அதே பிரச்னை, கணக்கில்! கணக்கு நமக்கு வராது. அதனால் பிறகு பார்த்துக் கொள்ளலாம் என்று நினைத்து விட்டேன்.

மேலும் அதை எப்படி அணுகுவது என்றும் எனக்குத் தெரிய வில்லை. ஆசிரியரிடம் கேட்டாலும் எனக்குப் புரியாது. அதனால் கணக்கு பயிற்சி மட்டும் செய்யாமல் இருந்து விடுவேன். அது நான் எட்டாம் வகுப்பு படித்துக்கொண்டிருந்த காலம்.

அப்போது பாரதியார் பற்றி ஒரு கட்டுரை படித்துக் கொண் டிருந்தபோது அவருக்கும் கணக்கு வராது என்று தெரிந்தது. மேலும் பாரதியார், 'கணக்கு, மணக்கு, பிணக்கு, ஆமணக்கு' என்பாராம். அதனால் பாரதிபோல் எனக்கும் கணக்கு வர வில்லை என்று எண்ணி நியாயப்படுத்திக் கொண்டேன். கணக்கு படிப்பது வேஸ்ட், தேவையில்லை என்றும் நினைத் தேன். அது மட்டும் இல்லாமல் முயற்சி செய்து படித்தும் வர வில்லை என்பது ஒரு விதம். முழுக்க முழுக்க விருப்பமில் லாமல் இருப்பது மற்றொருவிதம். இரண்டாவது விதத்தில்தான் நான் இருந்தேன்.

செய்யுள் அல்லது ஆங்கில கவிதை படிப்பதில் உள்ள ஆர்வம் கணக்கில் சுத்தமாக இல்லை. கணக்கு ஆசிரியர்களும் என் மேல் அதிக அக்கறை காட்டவில்லை. நான் பொதுவாக போட்டிகள் மற்றும் கலாச்சார நிகழ்ச்சிகளில் அதிகம் கலந்துகொள்ளச் சென்றுவிடுவதால் அவர்களுக்கு என் மீது ஒரு விதமான கோபம் இருந்தது. கணக்கு எனக்கு வராமல் இருப்பதைப் பார்த்து அவர்கள் ரசித்தார்கள் என்றே நினைக்கிறேன்.

அதுமட்டும் இல்லை; 'பாட்டு மட்டும் நன்றாக வருகிறது கணக்கு வரவில்லை' என்று அந்த ஆசிரியர்கள் குத்திக் காட்டவும் செய்தார்கள். 'பாட்டா சோறு போடும்; கணக்குதான் சோறு போடும்' என்றெல்லாம் சொன்னது ஒரு விதமான வெறுப்பை எனக்குள் வளர்த்துவிட்டது. அது மட்டும் இல்லாமல் என் அக்கா கணக்கில் திறமையானவராக இருந்தார். வீட்டில் அவருடன் என்னை ஒப்புமைப்படுத்திப் பேசியது எனக்கு பெரும் பிரச்னையைக் கொடுத்தது. என்னை யாருடனும் ஒப்புமைப்படுத்திப் பேசுவதை எப்போதும் நான் விரும்பு வதில்லை. நானும் யாரையும் ஒப்புமைப்படுத்திப் பேசுவ தில்லை. ஒருவருடைய திறமை தனிப்பட்டது. திறமை யின்மையும் தனிப்பட்டதுதான். அதை ஏன் ஒப்புமைப்படுத்திப் பார்க்கவேண்டும். 5ஆம் வகுப்புவரை படிப்பில் அதிக ஆர்வம் காட்டாமல் நான் இருந்தது வீட்டில் என்னை படிப்பில் பெரிய

நம்பிக்கைத் தரும் பையனாக பார்க்க முடியாமல் செய்து விட்டது.

அப்போதெல்லாம் வாய்மொழியாகத்தான் எங்களுக்குத் தேர்வு நடத்தினார்கள். ஒவ்வொரு பாட ஆசிரியரும் ஒரு வகுப்பில் அமர்ந்திருப்பார். நாங்கள் ஒவ்வொருவராக உள்ளே சென்று அவர் கேட்கும் கேள்விகளுக்கு பதில் சொல்லவேண்டும். அவர் மதிப்பெண் அளிப்பார். அதன் பிறகு பொதுத் தேர்வுகளில் ஒருவர் நம்முடைய பதில்களைக் கேட்டு எழுதுவார். அவர் அந்தப் பாடம் பற்றித் தெரியாதவராகத்தான் இருப்பார். அதனால் நாம் சொல்வது அவருக்குப் புரிவது கொஞ்சம் சிரமமாக இருக்கும். நாம் வேகமாக சொன்னால் எழுத மாட்டார்கள். கல்லூரியில் படிக்கும் போது நான் டேப்பில் ரெக்கார்ட் செய்து கொடுத்துவிடுவேன். அதைக் கேட்டு மதிப்பெண்கள் போடுவார்கள். அதில் என் குரலைக் கேட்டு மயங்கிய ஆசிரியர்கள் பலர் உண்டு.

கணக்குக்கு ஒரு பலகை மற்றும் குச்சிகள் கொடுக்கப்படும். அதை வைத்துத்தான் கணக்கு போடவேண்டும். நாங்கள் பயன்படுத்துவது தனிப்பட்ட ஒரு பலகை மற்றும் குச்சிகள். அதாவது ஒரு செஸ் போர்ட்போல் இருக்கும். அதைவிட கனமானது. அந்த போர்டில் ஓட்டை செய்து செஸ் காய்களை பொருத்திவிட்டால் எப்படி இருக்குமோ அப்படி குச்சிகள் அந்த பலகையில் பொருந்தும்படி இருக்கும். அந்த குச்சிகளில் ஒரு பக்கம் எண்கள் பொறிக்கப்பட்டிருக்கும். மற்றொரு பக்கம் புள்ளிகள் இருக்கும். அவற்றில் கழித்தல், கூட்டல், பெருக்கல், வகுத்தல் போன்ற அடையாளங்களும் இருக்கும். மேலும் தசம குறியீடுகள், அல்ஜீப்ரா குறிகளும் அதில் இருக்கும். அதில் இருபது முதல் இருபத்தைந்து ஓட்டைகள் இடது புறத்திலிருந்து வலது புறத்திலும் மேலிருந்து கீழாக பத்து ஓட்டைகளும் இருக்கும். அகலம் குறைவாகவும் நீளம் கொஞ்சம் அதிகமாகவும் இருக்கும். அந்த குச்சிகள் இரும்பால் ஆனவை. அந்த பலகை மரத்தால் செய்யப்பட்டது.

குச்சிகளை பலகையின் ஓரத்திலிருந்து பொருத்தலாம். அதில் வலதுபுறம் வைத்தால் ஒன்று, நேராக வைத்தால் இரண்டு, நம்மை நோக்கி வைத்தால் மூன்று இப்படி ஒவ்வொரு எண்ணும் வரும். ஒன்றுக்கு நேராக ஏழு வரும் இரண்டுக்கு நேராக ஆறு வரும். மூன்றுக்கு நேராக ஐந்து வரும். நான்குக்கு நேராக எட்டு

வரும். அதில் எட்டுவரை இருக்கும். ஒரு குச்சியில் ஒன்பது, பூஜ்யம் இருக்கும். அந்த பலகையில் இருக்கும் ஓட்டைகளில் எண்களை பொருத்த வேண்டும். அதை சரியாக அடுக்க வேண்டும். சமன் என்ற குறியும் இருக்கிறது. அந்த பலகை யையும் குச்சியையும் பயன்படுத்தும் போது ஏற்படும் ஒலிகள் வித்தியாசமாக இருக்கும். எல்லா கணக்கும் அதில் போடலாம்.

அதில் வட்டம், சதுரம், செவ்வகம், முக்கோணம் என்று பல வடிவங்களையும் வரையலாம். வட்டம் அவ்வளவு சரியாக வராது மற்ற எல்லா வடிவங்களும் நன்றாக வரும். கோணங்கள் கூட அதில் குறிக்கலாம். மேலும் ஃக்ராஃப் போடுவதுகூட அதில் செய்யலாம்.

எனக்கு அந்த பலகை ஒரு விளையாட்டுப் பொருளாகப் பயன் பட்டதே அன்றி, கணக்குப்போட பயன்படவில்லை. வகுப்பில் கணக்கு போட்டு முடித்துவிட்டு எல்லோரும் போய்க் காட்டு வார்கள். நான் போகமாட்டேன். அவர்கள் என்ன பேசுகிறார்கள் என்று கேட்பேன். அதை வைத்து அந்த கணக்கின் விடையைப் புரிந்துகொண்டு அந்த விடையை மட்டும் போய்ச் சொல்லி விடுவேன். அது எப்படி வந்தது என்று கேட்டால் தெரியாது. ஏதாவது ஒன்று சொல்லி சமாளித்துவிடுவேன். இப்படி கணக்கு வகுப்பின் நேரத்தைக் கழித்துக் கொண்டிருந்தேன்.

வகுப்பில் 10 அல்லது 15 மாணவர்கள்தான் இருப்பார்கள். அதனால் மற்ற மாணவர்கள் எனக்கு உதவுவார்கள். நன்றாக கணக்கு போடும் ஒரு மாணவர் அவர் போட்டு முடித்த பின் என்னருகில் அமர்ந்து அந்த கணக்கை சொல்லிக் கொடுத்து அதைப் போட வைத்து விட்டுப் போவார். அவர்களுக்கு நான் என் மதியச் சாப்பாட்டைக் கொடுப்பேன். இன்னும் பல உதவிகளையும் செய்வேன்.

கணக்கு வகுப்பே எனக்கு ஒரு போர்களம்போல்தான் இருக்கும். எப்போது அது முடியும் என்று காத்திருப்பேன். அந்தப் பலகை யில் ஒரு விளையாட்டு இருந்தது. எண்களை அதில் வேகமாக யார் போடுவது என்ற போட்டியில் எனக்கு அது விரைவாக வரும். அதில் எல்லா குச்சிகளையும் அடுக்கினால் அழகாக இருக்கும்.

இந்தப் பலகைதான் சிறப்புத் திறனாளிகளுக்கு மிகவும் சுலபமாக கணக்கு போடப் பயன்படுகிறது. இது வெளிநாடுகளில்

இருந்துதான் அப்போது வந்தது. ஒரு பலகையும் ஒரு பெட்டி நிறைய குச்சிகளும் கொடுப்பார்கள். அதை வைத்துத்தான் கணக்கை கற்க முடியும்.

இப்போது ப்ளாஸ்டிக்கால் செய்யப்பட்ட பலகை மற்றும் குச்சிகள் வந்திருக்கின்றன. சிலவற்றில் காந்த சக்தி மூலம் அவற்றைப் பொருத்த முடிகிறது. இப்போது கணினி வந்து விட்டதால் அதை வைத்துக் கற்றுக் கொள்ளலாம். மேலும் இப்போது இருக்கும் தொழில் நுட்ப வசதிகள் அப்போது இல்லை.

கணக்கை எப்படிப் படிப்பது என்ற சூட்சுமம் எனக்குப் புரிய வில்லை. அது எனக்கு சிரமமாக இருப்பதற்கான காரணத்தை அறிய யாரும் முனையவில்லை. நானும் அதில் ஆர்வம் காட்டாமல் இருந்துவிட்டேன்.

கணித பாடத்துக்கு அதுவரை இருந்த ஆசிரியர் போய் அப்போது வேறு புது ஆசிரியர் வந்தார். இடைநிலைத் தேர்வு வருகிறது. அதாவது MID, TERM TEST. தேர்வு முடிந்து திருத்தப் பட்ட விடைத்தாள்களை எங்களுக்கு கொடுத்துக்கொண்டே வருகிறார். எல்லாரையும் இயல்பாக அவரவர் பெயர்களைக் குறிப்பிட்டு அவர்கள் எடுத்த மதிப்பெண்களைக் கூறிக்கொண்டே வந்த ஆசிரியர், என்னுடைய பெயரைக் குறிப்பிடும்போது மட்டும், ‘இப்போ ஒருத்தரோட மார்க்கை நான் சொல்லப் போறேன். அவர் ரொம்பப் பெரியவர். நம்ம கிளாஸ்லயே ஹீரோ அவர். அவர் யார் தெரியுமா? யார் தெரியுமா? மிஸ்டர். இளங்கோ தான்!’ என்று கிண்டலாக என்னை விளித்து பின்னர், எல்லோரையும் பார்த்து ‘ஐயா எடுத்த மார்க் எவ்ளோ தெரியுமோ? 100 க்கு 35. பெரிய மார்க் இல்லே?’ என்று கூற, மாணவர்கள் மத்தியில் ‘களுக்’ என்று ஒரு சிரிப்பொலி.

நான் ஒரு கணம் கூனிக் குறுகிப் போனேன்.

என்னைப் பார்த்துத் திரும்பி, மேற்கொண்டு அவர் சொன்னார்... ‘இதே மாதிரி போப்பா... நல்ல வளர்ச்சி. சூப்பரா இருக்கும். இவங்கல்லாம் அடுத்து நைன்த் ஸ்டாண்டர்ட் போய்டுவாங்க. நீ இதுலயே இருக்கலாம்’ என்றார்.

இந்தச் சம்பவம் சாதாரண சிறிய விஷயமாக சிலருக்குப் படலாம். ஆனால் என்னைப் பொறுத்தவரை அவமானத்துக்கு

மேல் அவமானம். அவருடைய வார்த்தைகள் ஒவ்வொன்றும் ஈட்டியா இருந்தது எனக்கு.

‘நான் ஒரு பார்வையற்ற சிறப்புத் திறனாளியாக இருந்தும் ஆறாம் வகுப்பிலிருந்தே எல்லா விஷயத்திலும் ஒரு முன்மாதிரி மாணவர் என்று பெயரெடுத்தவன். பள்ளியில் நடக்கும் போட்டிகள் எதுவாக இருந்தாலும் அது பேச்சுப் போட்டியாக இருந்தாலும் சரி... பாட்டுப் போட்டியாக இருந்தாலும் சரி... எதுவாக இருந்தாலும் அதில் கலந்துகொண்டு முதல் மூன்று பரிசுகளுள் ஒன்றை தட்டிக்கொண்டுவந்துவிடுவேன்.

இப்படி எல்லாவற்றிலும் நான் அடித்து தூள் பண்ணும்போதும், என்னுடைய கணித பலவீனத்தை மட்டும் குத்திக்காட்டும் முயற்சி செவ்வனே நடந்தது. ஆசிரியர் ஸ்தானத்தில் இருந்து சரியாக ஒரு மாணவனை வழிநடத்தவேண்டியவர்... இப்படிச் செய்தது கொடுமைதான். என்ன செய்வது?

கனத்த மனதுடன் வீட்டுக்குத் திரும்பிய எனக்கு அன்றைக்கு இரவு முழுதும் தூக்கம் வரவில்லை. நடந்த இந்த அவமானத்தை யாரிடமும் பகிர்ந்து கொள்ளவும் இல்லை.

அடுத்த நாள் பள்ளிக்குப் போனேன். அன்றைக்கு நீதி போதனை வகுப்பு. ஆசிரியர் ஒரு கதை கூறுகிறார். நானும் அதை முழுவதும் மனத்தில் வாங்காமல் கேட்டுக் கொண்டே இருக்கிறேன். அந்தக் கதை இதுதான்:

ஒரு வகுப்பறையில் நடந்த கதை அது. கரும்பலகையில் ஒரு கோட்டை வரைந்திருக்கிறார் ஆசிரியர். அது என்ன என்று கேட்டிருக்கிறார். அது வெறும் கோடு என்கிறார்கள் மாணவர்கள். அதன் இரு பக்கத்திலும் ஒட்டியபடி இரு செங்குத்துக் கோடுகளை வரைந்திருக்கிறார். அது என்ன என்று கேட்டிருக்கிறார். அது பாத்திரம் என்கிறார்கள் மாணவர்கள். அதன் கீழ் இரு கோடு களை செங்குத்தாக வரைகிறார். அது என்ன என்று கேட்கிறார். பாத்திரம் ஒரு முக்காலி மீது இருப்பதாக மாணவர்கள் கூறு கிறார்கள். அந்த கோடுகளுக்கு இடையே மூன்று சிறு கோடு களை வரைகிறார். ஓர் அடுப்பின் மீது பாத்திரம் இருப்பதாக மாணவர்கள் கூறுகிறார்கள். பாத்திரத்தின் மேலே ஆங்கில எழுத்து ‘எஸ்’போல் வளைந்திருப்பதுபோல் வரைகிறார். பாத்திரத்தில் ஏதோ கொதிப்பதாக மாணவர்கள் கூறுகிறார்கள்.

இப்போது அந்த 'எஸ்'போல் வளைந்திருப்பதை அழிக்கிறார். பாத்திரத்தில் கொதித்தது வெந்துவிட்டது என்கிறார்கள். முதலில் வரைந்த கோட்டின் பக்கவாட்டில் வரைந்த இரு கோடு களை அழிக்கிறார். பாத்திரம் காணவில்லை என்கிறார்கள். முதலில் வரைந்த கோட்டின் கீழ் வரைந்த இரு செங்குத்து கோடு களை அழிக்கிறார். அடுப்பு காணவில்லை என்கிறார்கள். கோட்டுக்கு கீழ் வரைந்த மூன்று சிறு கோடுகளை அழிக்கிறார். தீயைக் காணவில்லை என்கிறார்கள். இப்போது முதலில் வரைந்த கோடு மட்டும் மிஞ்சி இருக்கிறது. அதையும் அழிக் கிறார். வெறும் கரும்பலகை என்கிறார்கள்.

வாழ்க்கையும் இப்படித்தான் பிரச்னைகள் வர வர பெருகிக் கொண்டே போவதுபோல் தெரியும். ஒவ்வொன்றாகத் தீர்த்து விட்டால் பிரச்னை எதுவும் இல்லாததுபோல் தோன்றும் என்றார்.

எனக்கு அது மிகப்பெரிய பாடமாக இருந்தது.

ஏன் இப்படி? எங்கே தவறு நடந்தது? எப்படி இந்த அவமானத் தைத் துடைப்பது? கணக்கை மட்டும் இப்போது பெரிய பிரச்னையாக நினைத்ததால் அதை எதிர் கொள்ள முடியாமல் இருப்பது புரிந்தது. இப்படி பலவாறாக சிந்தனை ஓடுகிறது.

அடுத்த பத்து நாட்களுக்கு வகுப்புக்கு வரும்போதெல்லாம் இதே சிந்தனைதான் எனக்கு மனத்தில் நிழலாடியது.

கணக்கென்ன பெரிய விஷயமா? அதெப்படி வராமல் போய் விடும்? கணிதத்தின் அடிப்படையே வாய்ப்பாடுதான். எல்லாரும் 16 ஆம் வாய்ப்பாடுவரை தான் அப்போதெல்லாம் மனனம் செய்வது வழக்கம். ஆனால் நான் 20 ஆம் வாய்ப்பாடுவரை மனனம் செய்ய ஆரம்பித்தேன்.

வாய்ப்பாடு ஓரளவு கைவரப்பெற்றதும் நம்பிக்கை கைகூடியது. நம்மால் நிச்சயம் கணிதத்தில் ஒரு நல்ல மதிப்பெண்ணைப் பெற முடியும் என்ற நம்பிக்கை உறுதியாக ஏற்பட்டது. வேப்பங்காயாக கசந்த கணிதம் இப்போது இனிக்க ஆரம்பித்தது.

அதற்குப் பின்னர் பல கணக்குகள், கூட்டல்கள், கழித்தல்கள், சூத்திரங்கள் என எல்லாவற்றையும் திரும்பத் திரும்பப் பயிற்சி

செய்தேன். கணக்குக்கு மட்டும் கொஞ்சம் கூடுதல் நேரம் ஒதுக்கினேன்.

சரியாக ஆறு மாதங்கள் கழித்து திருப்புதல் தேர்வு REVISION TEST வந்தது.

இந்த முறை வாத்தியார் விடைத்தாள்களை அவரவர் பெயர் களை கூறிக்கொண்டே கொடுக்கிறார். என்னுடைய தாளை அளிக்கும்போது... 'முன்னேற்றம் அப்படின்னா அதுக்கு அர்த்தம் இதுதான். இப்போ ஒருத்தரோட மார்க்கை நான் சொல்லப் போறேன். அதைச் சொல்றதுக்கு முன்னாடி அவர் முந்தி MID-TERM TEST - HALF YEARLY EXAMS இதுல எல்லாம் எடுத்த மார்க் எவ்ளோ தெரியுமா? 35, 50. இப்போ எவ்ளோதெரியுமா... ... ... ? 90!'

'வெல்டன் இளங்கோ. 100க்கு 90 மார்க் எடுத்திருக்கிறார் மிஸ்டர், இளங்கோ' என்று வாத்தியார் கூற, மாணவர்கள் கைதட்டுகிறார்கள்.

அன்றைக்குதான் நான் தலை நிமிர்ந்தேன். பட்ட அவமானம் துடைத்தெறியப்பட்டது. மேற்படி அனுபவங்களுக்கு பிறகு கணக்கு மீது எனக்கு அலாதிப்பிரியம் ஏற்பட்டுவிட்டது.

அதிலிருந்து ஒரே கனவுதான். எப்படியாவது பத்தாம் வகுப்பு பொதுத் தேர்வில் நூற்றுக்கு நூறு வாங்க வேண்டும் என்று கனவு கண்டேன்.

அதற்கு ஏற்றாற்போல் என்னுடைய தமிழாசிரியர் கனவு பற்றி ஒரு கட்டுரை எழுதச் சொன்னார். அந்தக் கட்டுரையில் என் கனவாக நான் எழுதியதும் இதைத்தான்.

அந்தக் கட்டுரையில் ஒரு பையன் தனது கனவான கணிதத்தில் நூறு மதிப்பெண்களை எப்படிப் பெற்றான் என்று எழுதி யிருந்தேன். கோழிப் பண்ணை வைத்திருக்கும் ஒருவரின் மகனான அந்தப் பையன் கணிதத்தில் மிகவும் பலவீனமான வனாக இருந்தான். ஒரு கோழியிடம் அவன் தன் குறையைச் சொல்லி அழுகிறான். அந்தக் கோழி அவனுக்கு கணித பாடம் சொல்லிக் கொடுக்கிறது. வாய்ப்பாடுகளையும் சூத்திரங்களை யும் கற்றுக் கொடுக்கிறது. அதனால் அவன் பொதுத் தேர்வில் நூற்றுக்கு நூறு மதிப்பெண்கள் பெறுகிறான்.

தமிழாசிரியர் என்னை அழைத்து கணிதத்தில் எனக்கிருக்கும் கனவை கட்டுரையாக எழுதியதைப் பற்றிக் கேட்டார். நானும் அதை ஒத்துக் கொண்டேன். என்னை அவர் வாழ்த்தினார். அந்த ஒரே இலக்கை மனத்தில் வைத்திருந்தேன்.

பத்தாம் வகுப்பு பொது தேர்வில் கணிதத்தில் நான் வாங்கின மதிப்பெண் எவ்வளவு தெரியுமா?

100 க்கு 100!

ஒரு காரியத்தை உங்களால் செய்ய முடியாது என்று யாராவது சொன்னால், சொன்னவர்கள் மீது கோபப்படாமல், அவர்கள் ஏன் அப்படிச் சொல் கிறார்கள்? ஏன் நம்மால் முடியாது? நம்மிடம் இருக்கும் பலவீனம் என்ன? என்றெல்லாம் யோசித்து... மைனஸை ப்ளஸ்ஸாக மாற்றுவதற்குகு முயற்சி செய்தால் வாழ்க்கையே சுவாரஸ்யமாகி விடும்!

3

காலின் பலம்

SELF CONFIDENCE

பத்தாம் வகுப்பை வெற்றிகரமாக முடித்துவிட்டபிறகு, அடுத்து பிளஸ் 1 சேரவேண்டும். பார்வையற்ற சிறப்புத் திறனாளிகளுக்கு இரண்டே பள்ளிகள்தான் இருக்கின்றன சென்னையில். ஒன்று தேனாம்பேட்டையில் உள்ள லிட்டில் பிளவர் கான்வென்ட். மற்றொன்று பூவிருந்தவல்லி அரசு பார்வையற்றோர் பள்ளி. இதில் லிட்டில் பிளவர் கான்வென்ட்டில் ஆண்கள் 5 ஆம் வகுப்புக்கு மேல் படிக்க அனுமதியில்லை. அந்தப் பள்ளியின் சட்ட திட்டம் அப்படி. பூவிருந்தவல்லி அரசு பார்வையற்றோர் பள்ளியைப் பொறுத்தவரை எனக்கு அங்கு தினமும் போய் வருவதில் நடைமுறை சிக்கல். நிச்சயம் தினமும் போய் வரமுடியாது.

அப்படிப்பட்ட சூழ்நிலையில், நான் தேர்ந்தெடுத்தது ராயப்பேட்டையில் இருக்கும் ஸ்ரீ வெங்கடேஸ்வரா மெட்ரிகுலேஷன் மேனிலைப் பள்ளிதான். அதற்குக் காரணம் என்னோடு படித்த ஒரு மாணவர் அங்கு சேரலாம் என்று முடிவெடுத்தார். அதனால் நானும் அங்கு சேரலாம் என்று நினைத்தேன். மேலும் போக்குவரத்து மற்றும் இதர காரணங்களினால் இந்தப் பள்ளிதான் என்னைப் பொறுத்தவரையிலும் பெஸ்ட் என்று தோன்றியது. ஆனால் இது பார்வையற்றோர் சிறப்புப் பள்ளி இல்லை. ரெகுலர் ஸ்கூல்தான். இருந்தாலும் ஏதோ ஒரு நம்பிக்கையில் இந்தப் பள்ளியைத் தேர்ந்தெடுத்தேன்.

பள்ளியில் சேருவதற்காக நான் என் அப்பாவுடனும், அந்த மாணவர் அவரது அப்பாவுடனும் சேர்ந்து நாங்கள் நால்வர் அங்கே போனோம். முதல் நாள் அந்தப் பள்ளி முதல்வரைப் பார்க்க முடியவில்லை. என் அப்பா என்னுடன் ஒருநாள்தான் வர முடியும் மற்றபடி பள்ளியில் சேருவதை நானே பார்த்துக் கொள்ளவேண்டும் என்று கூறிவிட்டார். அவர், நான் பள்ளியில் சேருவது பற்றிய பொறுப்பை ஏற்க விரும்பவில்லை. அதனால் எப்படியும் ஏதாவது ஒரு பள்ளியில் நானாக சேர்ந்தாகவேண்டும் என்ற கட்டாயம் எனக்கு வந்துவிட்டது. அடுத்த நாள், எனது அப்பா வரவில்லை. நானும் என்னுடன் படித்த அந்த மாணவரும் அவருடைய அப்பாவுமாக எல்லோருமாகச் சேர்ந்து பள்ளி முதல்வரைப் பார்த்தோம். அதிக அலைச்சல் இல்லாமல் பள்ளியில் எனக்கு அட்மிஷன் கிடைத்துவிட்டது.

ஆனால் பள்ளி முதல்வர் எனக்கு அட்மிஷன் கொடுத்த கதை இருக்கிறதே... அதுவே ஒரு சுவாரஸ்யமான விஷயம்தான். என்ன அது?

மேலே படியுங்கள். புரிந்து கொள்வீர்கள்!

நான் பிளஸ் ஒன் அட்மிஷனுக்காகப் போன அந்த மெட்ரி குலேஷன் ஸ்கூலில் அதுவரையிலும் என்போன்ற பார்வையற்ற மாணவர்கள் யாரையும் அவர்கள் சேர்த்துக்கொண்டதே கிடை யாது. காரணம், அதற்கான வசதிகள் அங்கே இல்லை. இரண்டா வது, பள்ளியின் தேர்ச்சி சதவிகிதத்தில் ஒரு சின்னக் கீறல்கூட விழுந்து விடக்கூடாதே என்கிற ஓர் எச்சரிக்கை உணர்வு.

இதுபோன்ற உணர்வு அவசியம்தான். நல்ல பள்ளியாகத் தொடர இதுபோல் எச்சரிக்கையாக இருப்பது முக்கியம்தான். ஆனால் எல்லா மாணவர்களையும் எந்திரங்களைப்போல் ஆக்குவதற்கும் இந்த உணர்வு காரணமாகிவிடுகிறது. உண்மையில் இப்போது தனியார் பள்ளிகள் பலவும் இப்படிப்பட்ட நிலையில்தான் உள்ளன. பெற்றோர்களின் பயம் பள்ளிகளை ஒரு வகையில் இப்படி இயங்கவைக்கிறது என்றும் சொல்லலாம். இருந்தாலும் பாடத்திட்டங்களை மாற்றுவது, கற்கும் முறையை மாற்றுவது என்ற நிலையிலிருந்து இதை அணுகவேண்டும். முழுமையான மாற்றங்களைக் கொண்டுவந்தால்தான் கல்வியைக் கற்க முடியும். இல்லை என்றால் கல்வி என்பது ஒரு நெருக்கடி தரும் வாழ்வின் பகுதியாகவே இருக்கும்.

எனக்கு இருந்த நெருக்கடி, கல்வியே கிடைக்காதோ என்ற சூழ்நிலை. கிடைத்தாலும் அதை மிகவும் திறமையாக முடித்தாக வேண்டும் என்ற நெருக்கடி. எனக்கு யாரும் உதவுவார்கள் என்ற நிலையும் இல்லை. கிடைத்த வாய்ப்பை நூற்றுக்கு நூறு சதவிகிதம் பயனுள்ளதாக்கிக் கொள்ளவேண்டும் என்ற அழுத்தம். என் குடும்பச் சூழ்நிலையும் என் படிப்பின்மீது நான் அதிகமான முக்கியத்துவம் கொடுக்க வேண்டும் என்ற நிலையில் இருந்தது. படிப்பதுதானே முக்கியம் என்ற ஒரே குறிக்கோள். இந்த நெருக்கடிகளைப் பற்றி யோசிக்கவேண்டாம் என்ற எண்ணம். இதுதான் என்னைக் காப்பாற்றியது. உண்மையில் படிப்பது என்ற குறிக்கோளை மட்டுமே நான் அந்த பள்ளியில் சேர்வதற்காக முன்னெடுத்துச் சென்றேன். இதுபோன்ற நெருக்கடிக்கு உள்ளானவர்கள் மிகச்சிறந்த முடிவுகளை எட்டுவ தில்லை. நெருக்கடிகளைப் பற்றியே எண்ணிக்கொண்டிருப்ப தால் எதைச் செய்யவேண்டுமோ அதைச் செய்வதிலிருந்து தவறிவிடுகிறார்கள்.

அந்தக் காலகட்டத்தில் நான் பத்தாம் வகுப்பில் நல்ல ரேங்க் எடுத்திருந்ததால் எனக்கு மிகுந்த நம்பிக்கை இருந்தது. இருந்தாலும் பள்ளியைச் சார்ந்தவர்களுக்குத் தயக்கம். எதற்கு ரிஸ்க் எடுப்பானேன் என்ற எண்ணம் அவர்களுக்கு.

பள்ளியின் முதல்வர் என்னிடம், ‘நல்ல ரேங்க் எடுத்திருக்கே. ஓகே. ஆனா, உங்களை மாதிரி பார்வையற்ற சிறப்புத் திறனாளி மாணவர்களை எங்களுக்கு ஹேண்டில் பண்ணத் தெரியாது தம்பி. நீங்க வேற எங்காவது முயற்சி பண்ணுங்களேன்...’ என்று கூற, எனக்கு அதிர்ச்சியானது. ஒரு கணம் என்ன சொல்வதென்றே தெரியவில்லை.

அப்போதைக்கு வேற எந்தப் பள்ளியிலும் சேர முடியாத ஒரு சூழ்நிலை.

எனக்கு அந்தச் சமயத்தில் நான் படித்த ஒரு கதைதான் நினைவுக்கு வந்தது. ஒரு சைக்கிள் பந்தய வீரன் எப்படியாவது ஒலிம்பிக்கில் ஒரு மெடலை வாங்கிவிடவேண்டும் என்று முயற்சி செய்கிறான். அவன் தினமும் பல மணி நேரம் மலை களில் சைக்கிள் ஓட்டி பயிற்சி செய்கிறான். வீட்டில் நோய்வாய்ப் பட்ட தாய். ஒரே ஒரு தங்கை. தந்தைக்கு பகுதி நேர வேலை மட்டுமே கிடைக்கிறது. வீட்டில் சாப்பிட அநேகமாக எதுவும்

இருப்பதில்லை. இருந்தாலும் அவன் பயிற்சியை மட்டும் விடாமல் செய்கிறான். அவனுடைய பயிற்சியாளர் அவனுக்கு பல கடுமையான பயிற்சிகளை அளிக்கிறார். அவன் மட்டுமே பணம் எதுவும் கட்டாமல் பயிற்சி எடுக்கும் மாணவனாக இருக்கிறான். அதனால் அவனுக்கு வேண்டா வெறுப்பாக பயிற்சி அளிக்கிறார் அவனுடைய பயிற்சியாளர். சில நாட்களுக்குப் பின் அவனை தன் குழுவிலிருந்து நீக்கிவிடுகிறார். அவன் தானே சொந்தமாக பயிற்சி எடுக்கிறான். இருக்கும் ஒரே சைக்கிளை கவனமாகவும் ஓட்டவேண்டும் ஆனால் கடுமையாகவும் பயிற்சி செய்யவேண்டும் என்ற நிலை. அவனது சைக்கிளில் பலமுறை பஞ்சர் ஒட்ட வேண்டியிருக்கிறது. ஒலிம்பிக் நெருங்கி வரும் நேரம் அவன் பயிற்சி செய்யும் மலையில் ஒரு கல் தடுக்கி விழுகிறான். சைக்கிளின் முன் சக்கரம் உடைந்துவிடுகிறது. அதைச் சரி செய்ய வேறு வழியின்றி ஒரு ஹோட்டலில் சர்வராக பணியாற்றுகிறான். கிடைத்த காசில் அந்த சக்கரத்தை வாங்கிப் போடுகிறான். அவனுக்கும் காலில் பலத்த அடி விழுகிறது. பயிற்சி செய்ய முடியாத நிலை. இருந்தும் அதை பொருட் படுத்தாமல் ஒலிம்பிக்கில் பங்கேற்கிறான். அவனே வெற்றி பெறுகிறான்.

அதுபோலவே எனக்கும் இப்போது வந்திருக்கும் இந்த தடையை எப்படித் தாண்டுவது என்று யோசனையாக இருந்தது.

பள்ளி முதல்வரிடம், ‘சார்... எனக்கு ஒரு வாய்ப்பு கொடுங்க. நான் நல்லா படிச்சி, நல்ல ரேங்க் வருவேன்’ என்றேன் நம்பிக்கையுடன்.

‘படிக்கிறதைப் பத்தி பிரச்னை இல்லேப்பா. நீ நல்லா படிப்பே என்பது உன்னோட சர்டிஃபிகேட்ஸை பார்த்தாலே தெரியுது. அது இல்லே விஷயம். HOW WILL YOU MANAGE? அதாவது பிளஸ் 1 வகுப்பறைகள் எல்லாம் 3வது மாடில இருக்கு. இன்னொரு வகுப்பறை அந்த பில்டிங்கல நாலாவது மாடில இருக்கு. எப்படிப் போவே அங்கெல்லாம்?’

நான் கொஞ்சம்கூடத் தாமதிக்காமல், ‘ஸ்டெப்ஸ் ஏறிப்போறதுக்கு கால்தான் நல்ல ஸ்ட்ராங்கா இருக்கணும் சார். எனக்கு கண்தானே தெரியாது? என்னோட கால் ரெண்டும், நல்லா ஸ்ட்ராங்கா இருக்கு. அது போதும் சார் எனக்கு’ என்று சொல்ல, என்னுடைய இந்த பதிலால் ஒரு கணம் சிலிர்த்துப்போன முதல்வர் எழுந்து

வந்து என் தோளை தட்டிக்கொடுத்து, 'ஓ. கே. இந்த ஸ்கூல்ல உன்னைச் சேர்த்துக்குறேன்' என்றார்.

என்னைப் பொறுத்தவரை அவரோட இந்த முடிவு எனக்கு மிகப் பெரிய திருப்புமுனை.

ஒவ்வொருவருக்கும் ஒரு சில கணங்கள் வாழ்க்கையில் மிகவும் மகத்துவம் கொண்டதாக இருக்கும். அதேபோல்தான் எனக்கு அந்த கணம் இருந்தது. நான் இந்த வாய்ப்பைத் தவற விட்டிருந் தால் எந்த அளவு பாடுபட்டிருக்கவேண்டும். எப்படிப்பட்ட பிரச்னைகளை சந்தித்திருக்கவேண்டும். அதிலிருந்து நான் காப்பாற்றப்பட்டேன் என்பதே எனக்கு மிகப் பெரிய விடுதலை உணர்வைக் கொடுத்தது. கூடவே அதிகப் பொறுப்பையும் அளித்தது. எப்படியாவது இந்தப் படிப்பை சரியாகப் படித்து நல்ல முறையில் தேற வேண்டும் என்ற எண்ணம் இருந்தது. மேலும் அதைத் தவிர எனக்கு வேறு எந்த வாய்ப்பும் இல்லை.

என்னை நம்பி அட்மிஷன் போட்ட முதல்வர் பெயரைக் காப்பாற்ற வேண்டும் என்பதே எனது முதல் அக்கறையாக இருந்தது. அந்தப் பள்ளியில் எனக்கு மட்டும்தான் அட்மிஷன் கிடைத்தது. அந்த உடன் வந்த மாணவருக்குக் கிடைக்கவில்லை.

ஒவ்வொரு நாளும் எனக்கு ஒரு புது நாள்போலத்தான் இருந்தது. பாடங்களைப் படிப்பதில் எனக்கு எப்பவும் இருக்கும் கவனத்தைவிட இன்னும் அதிகக் கவனம் தேவைப்பட்டது. முழுமையான ஈடுபாடு வைத்து படிக்கத் தொடங்கினேன். ஆனால் ரொம்பவும் என்னை வருத்திக் கொள்ளவில்லை. ஒருவிதமான அமைதியுடன் இருந்தேன். எப்படியும் எடுத்த வேலையை முடிக்கவேண்டும் என்ற உறுதி மட்டுமே இருந்தது. வேறு எந்த கவனச் சிதறலுக்கும் நான் வழி கொடுக்கவில்லை. நினைவில் வைத்துக்கொள்வது, திரும்பத் திரும்ப நினைவு படுத்துவது, சரியாகப் புரிந்துகொள்வது இப்படி என் படிப்பை நான் அணுகத் தொடங்கினேன். வகுப்பில் ஆசிரியர் சொல்வதை நினைவில் வைத்துக்கொள்வது என்பதுதான் எனக்கு அடிப்படையாக இருந்தது. மேலும் அப்போது எனக்கு ஒரு புதிய வசதி கிடைத்தது. அதுதான் டேப் ரெக்கார்டர். அதில் அன்றைய வகுப்பு பாடங்களை முழுமையாக பதிவு செய்துகொள்வேன். அதை வீட்டில் போய் கேட்டு அதிலிருந்து எனக்குப் புரிந்ததை மற்றொரு கேஸட்டில் பதிவு செய்வேன். மீண்டும் அடுத்த நாள்

முந்தைய நாள் போட்ட கேஸட்டில் பாடங்களைப் பதிவு செய்வேன். இப்படி தினமும் பாடங்களைப் படிப்பது எனக்கு சுலபமாக ஆகிவிட்டது. மேலும் ஒருநாள் பதிவு செய்யாமல் இருந்தால் எனக்கு மீண்டும் அதை அப்படியே எனக்கு யாரும் சொல்லமுடியாது. அதனால் நான் கூர்மையாக பாடங்களைக் கேட்டேன். அப்படியே மனத்தில் வாங்கிக் கொண்டேன். அதை மீண்டும் மீண்டும் சிந்தித்துப் புரிந்துகொள்வேன். என் நண்பர்கள், தொண்டார்வம் உள்ளவர்கள், என்மீது அக்கறை உள்ளவர்களின் உதவியால் என் நினைவை எப்போதும் புதுப்பித்துக் கொள்வேன்.

இப்போது அதைப் பற்றி யோசிக்கும்போது எனது முன்பாக மூன்று சவால்கள் இருந்ததை உணர்கிறேன்.

முதலாவது சவால், தமிழ் மீடியத்தில் இத்தனை காலம் படித்துவிட்டு ஆங்கில மீடியத்தில் படிக்கப் போகிறேன் என்பது. தமிழ் வழிக் கல்வியிலிருந்து ஆங்கில வழிக்கல்விக்கு வரும்போது படிப்பதற்கு சிரமமாக இருக்கப் போகிறது என்று நான் நினைத்தேன். ஆனால் எனக்கு, வணிகவியல், கணக்கியல், பொருளாதாரம் இவை பெரிய சிக்கலாக இல்லை. வரலாற்றில் சில புதிய சொற்கள் வந்தன. மேலும் ஆங்கில மீடியம் என்பதால் எல்லோரும் ஆங்கிலத்தில் மட்டுமே பேசுவார்கள் என்று நினைத்திருந்தேன். முதல் நாள் வகுப்புக்கு என்னை என் வீட்டருகில் இருந்த ஒருவர் அழைத்துச் சென்றார். அங்கு போய் 'IsThis 11th C?' என்றேன். அங்கிருந்த மாணவர்கள் உடனே 'என்ன புது அட்மிஷனா? வா! வா!' என்றார்கள். அப்போதுதான் எனக்கு அவர்கள் யாரும் ஆங்கிலத்தில் பேசமாட்டார்கள் என்று தெரிந்தது. ஆங்கிலத்தில் பாடங்கள் எடுத்தாலும் எனக்கு சுலபமாக இருந்தது.

இரண்டாவது சவால், கணக்கியல், வணிகவியல் பாடங்கள் படிப்பதுபற்றி நான் கொஞ்சம் கவலை கொண்டிருந்தேன். எனக்கு சையித் என்ற ஆசிரியர் வந்தார். அவர் எனக்கு பெரிதும் உதவினார். பெரிதும் அக்கறை காட்டினார். என் அருகில் இருக்கும் ஒரு மாணவரைக்கொண்டு எனக்கு அந்தப் பாடங் களை சொல்லிக் கொடுக்கச் சொல்லி உதவினார். அதன் பிறகு அந்த பாடங்களில் கணக்குகளை எல்லாம் நானே போடத் தொடங்கினேன். பெரிய கணக்குகளைக்கூடப் போட்டுவிடுவேன்.

என்னிடம் அதை எப்படிப் போடுவது என்று மாணவர்கள் கேட்கும் அளவுக்கு நான் தேறிவிட்டேன்.

மற்றும் ஸ்ரீனிவாச ராவ் என்ற மாணவர் அந்தப் பள்ளியில் அறிவியல் பாடத்தில் இருந்தார். அவருடைய சகோதரி கணக்கியல் படித்துக் கொண்டிருந்ததால் அதை எல்லாம் தெரிந்து கொண்டு வந்து எனக்கு உதவுவார். உணவு இடைவேளை மற்றும் இதர சமயங்களில் அவர், எனக்கு பாடங்களைப் பற்றிப் பேசி பல சந்தேகங்களைத் தீர்த்து வைப்பார். அதனால் என்னால் ப்ளஸ் 2 பொதுத் தேர்வில் 200க்கு 200 மதிப்பெண்கள் பெற முடிந்தது.

மூன்றாவது சவால், சிறப்புத் திறனாளியாக இருந்துகொண்டு மற்ற மாணவர்களுடன் இணைந்து படிப்பது பற்றி எனக்குள் அதை எப்படி சமாளிப்பது என்றிருந்த ஒரு சஞ்சலம். ஸ்ரீனிவாச ராவின் உதவியால் பலவற்றை அப்போது சமாளித்தேன். அப்போது நிர்மல் என்ற மாணவர் உடன் படித்தார். அவர் வடநாட்டைச் சேர்ந்தவர். நானும் ஸ்ரீனிவாச ராவும் பேசிக் கொண்டு இருக்கும் போது தினமும் என் தோளைத் தட்டி விட்டுச் செல்வார். முதலில் இப்படிச் செய்வது யார் என்பது தெரியாமல் இருந்தது. அப்புறம் ஸ்ரீனிவாச ராவ் அதைக் கண்டு பிடித்துவிட்டார். ஆனால் என்னிடம் தன்னைக் காட்டிக் கொடுக்கக்கூடாது என்று ஸ்ரீனிவாச ராவிடம் கண்ணைக் காட்டிவிட்டிருக்கிறார். எனக்கு எப்படியாவது ஒருமுறை அந்த மாணவர் என் கையில் கிடைக்கவேண்டும் என்ற கோபம் இருந்தது. அதேபோல் அவரும் ஒருநாள் மாட்டிவிட்டார். அவர் நிர்மல்தான் என்பதை ஸ்ரீனிவாச ராவைக் காட்டிக் கொடுக்கக் கூடாது என்பதற்காக நானே கண்டுபிடித்ததுபோல் காட்டி அவருடன் சண்டை போட்டு சட்டை எல்லாம் கிழிந்துவிட்டது. இருவரும் முதல்வர் அறைக்குப் போனோம். அவர், ‘நன்றாக படிக்க மட்டுமே செய்வீர்கள் என்று பார்த்தால் சண்டையும் போடுகிறீர்களே’ என்றார். நான் அவரிடம் நடந்ததைச் சொல்ல, அதன் பின் அவர் அந்த மாணவருக்கு அறிவுரை கூறி அனுப்பினார்.

இப்போதுகூட அந்த நிர்மலை பார்க்கிறேன். எனக்கு சிரிப்பு வந்துவிடுகிறது. ஸ்ரீனிவாச ராவும் இப்போதும் நண்பராக இருக்கிறார். நிர்மலின் சட்டையை நான் கிழித்துவிடக்கூடாது என்று கேலியாகச் சொல்வார்.

நான் அப்போதெல்லாம் கண்ணாடி அணிவதை விரும்பிய தில்லை. பஸ்ஸில்தான் போவேன். என்னை பஸ் ஏற்றிவிட்டு பள்ளிக்குச் சென்றதும் வகுப்பறைவரை கொண்டுவந்து விடுவது ஸ்ரீனிவாச ராவ்தான். திரும்பவும் வீட்டுக்கு பஸ் ஏற்றி விடுவதும் அவர்தான்.

பல்வேறு போட்டிகளில் நான் கலந்துகொண்டு பரிசுகள் வாங்குவேன். அதுவும் பாட்டுப் போட்டிகளில் நிச்சயமாக முதல் பரிசை வாங்கிவிடுவேன். அதனால் மாணவர்கள் மத்தியில் நான் பிரபலமாகிவிட்டேன். எப்படியும் மாணவர்கள் கூட்டத்தில் நான் ஒரு crowd puller ஆகிவிட்டேன். மலேஷியா விலிருந்து வந்த மாணவர்கள்கூட என் பாட்டை விரும்பிக் கேட்பார்கள். 'சின்னப்புறா ஒன்று...', 'மேகம் கொட்டட்டும்...' போன்ற பாடல்கள் அப்போது பெரிதும் பிரபலமான பாடல் களாக இருந்தன. அவற்றைப் பாடச் சொல்லிக் கேட்பார்கள். அப்போது அங்கு வேலை செய்த இசை ஆசிரியர்களைக் கொண்டு ஓர் இசைக் குழுவை நான் உருவாக்கி அதைக் கொண்டு பாடல்களைப் பாடியும் வாசித்தும் வந்தோம்.

கலை நிகழ்ச்சிகளில் ஆங்கிலத்தில் பேசுவதற்கும் காலையில் கூடும் மாணவர்களின் கூட்டத்தின் போது பேசுவதற்கும் என்னை அழைப்பார்கள். இதனால் சிறிய வகுப்பு மாணவர் களிடமும் நான் நன்கு பரிச்சயமாகி இருந்தேன்.

நான் அப்போது படித்தது இரு பாலருக்கான பள்ளி. ஆனால் மாணவிகளிடம் நான் பேசியதே இல்லை. என் வகுப்பில் இருப்பவர்கள் குழுவாக அமர்ந்து படிக்கும்போது மட்டும் ஓரிரு வார்த்தைகள் பேசியிருக்கிறேன். மற்றபடி அவர்கள் பள்ளியுடன் சுற்றுலா செல்வதற்கு அழைத்தாலோ அல்லது படிகளில் நின்று பேசினாலோ நான் பேசவே மாட்டேன். அமைதியாக நின்று கொண்டிருப்பேன். அப்போது உடன் படித்த மாணவி ஒருவர் இப்போது அதைப் பற்றி நினைவுபடுத்தி என் ஆளுமை இப்போது எந்த அளவு வளர்ந்திருக்கிறது என்று ஆச்சரியப் படுவார்.

எனக்கு அட்மிஷன் கொடுத்த பள்ளி முதல்வர் ஓர் உதாரணத்தை அடிக்கடி சொல்வார். எப்போதும் நேர்மறையான கருத்துகளை மட்டுமே மனத்தில் வைத்துக் கொள்ளவேண்டும். எதிர்மறை யான கருத்துகளை விட்டுவிடவேண்டும். அவருக்குத் தெரிந்த

ஒரு மருத்துவர் எப்படி நேர்மறையான கருத்துகளை மட்டுமே கொண்டிருந்ததால் வெற்றி அடைந்தார் என்று சொல்வார். அந்த மருத்துவர் படித்துக் கொண்டிருக்கும்போதெல்லாம் காலையில் எழுந்தவுடன் இன்று நேர்மறையாக பிரச்னைகளைச் சந்திப்போமா எதிர்மறையாக சந்திப்போமா என்று யோசிப்பாராம். இன்று மட்டும் நேர்மறையாகச் சந்திக்கலாம் என்று சொல்லிக் கொள் வாராம். அப்படி பல நோயாளிகள் காப்பாற்றவே முடியாத நிலையில் இருப்பவர்களிடம் சென்று அவர்கள் தங்கள் வாழ்வைப் பற்றி என்ன நினைக்கிறார்கள் என்று கேட்பாராம். அவர்கள் எப்படியாவது இறந்து போனால் போதும் என்பார் களாம். இன்று மட்டும் வாழ்க்கை எத்தனை சுகமானது என்று நினைத்து வாழ்ந்து பாருங்கள் என்று யோசனை சொல்வாராம். அப்படி ஒவ்வொரு நாளும் அவர்களுக்கு தன்னம்பிக்கை கொடுத்து அவர்களுடைய நோயை குணப்படுத்த முனைந் தாராம். இப்படித்தான் அவர் பெரிய மருத்துவராக வளர்ந்தார் என்று எனக்கு அந்த உதாரணத்தைக் கூறினார்.

அதை எப்போதுமே மனத்தில் நானும் வைத்துக் கொண்டேன். இந்த முறை நன்றாக படித்துவிடுவோமே. இந்த முறை இந்தக் கருத்துகளை நன்றாக மனத்தில் பதிய வைத்துக் கொள்வோமே என்ற ரீதியில் கொஞ்சம் கொஞ்சமாக நேர்மறையான கருத்து களை மட்டுமே நானும் சிந்திக்கத் தொடங்கினேன்.

எனது முந்தைய பள்ளியின் அறிவியல் ஆசிரியர் எப்போதும் ஒரு கண்டுபிடிப்பைப் பற்றிக் கூறுவார். எடிசன் மின் விளக்கை கண்டுபிடிக்க இரண்டாயிரம் பொருட்களை பயன்படுத்திப் பார்த்தும் முடியவில்லையாம். அப்போது அவருடைய உதவியாளர் நமது சோதனைகள் அனைத்தும் வீணாகிவிட்டன. நம்மால் இரண்டாயிரம் பொருட்களிலிருந்து ஒன்றினால்கூட மின்விளக்கை எரிய வைக்க முடியவில்லை என்று சொன்னாராம். அதற்கு எடிசன் சொன்னாராம் இல்லை நமது சோதனைகள் எல்லாமே பயன் வாய்ந்தவை. இரண்டாயிரம் பொருட்கள் மின் விளக்கை எரியவைக்க முடியாதவை என்று நாம் கண்டுபிடித் திருக்கிறோம் என்றாராம்.

அப்படித்தான் எனக்கும் அந்த நேரத்தில் எதைக் கற்றாலும் படிப்புக்கு உபயோகமாக இருப்பதாக பட்டது என்பது மிகவும் ஆரோக்கியமாக இருந்தது. நன்றாக படித்து அனைத்துத் தேர்வுகளிலும் நல்ல மதிப்பெண்கள் எடுத்தேன். பொதுத்

தேர்வில் மாவட்ட அளவில் ரேங்க் வாங்கி பள்ளிக்குப் பெருமை சேர்த்தேன்.

அதற்காக எனக்கு ஒரு தனி டிராபி கொடுத்தார்கள். மேலும் நிறைய போட்டிகளில் வென்றதற்காகவும் பாராட்டி பரிசைக் கொடுத்தார்கள். அப்போது நான் படித்த பள்ளி மற்ற பள்ளி களோடு போட்டி போட்டு என்னால் பரிசு வாங்கியதால் அந்த பள்ளிக்கு பெருமை கிடைத்தது என்பதை பாராட்டும்போது குறிப்பிட்டார்கள்.

> மற்றவர்கள் நம்மீதும் நம் திறமைமீதும் கொண்டுள்ள நம்பிக்கையைவிட நாம் நம்மீது கொண்டுள்ள நம்பிக்கை மிக மிக முக்கியம். நமது திறமைகளைப் பற்றியோ தகுதிகளைப் பற்றியோ எந்தச் சூழ்நிலையிலும் நாம் அவநம்பிக்கை கொள்ளக்கூடாது.
>
> உன்னையறிந்தால்... நீ, உன்னை யறிந்தால் உலகத்தில் போராடலாம்...
>
> உயர்ந்தாலும் தாழ்ந்தாலும் தலை வணங்காமல் நீ வாழலாம்...

4

பாட்டுக்குப் பாட்டு

PRACTICE MAKES PERFECT

நான் எட்டாம் வகுப்பு படித்துக்கொண்டிருந்தபோது நடந்த இன்னொரு சம்பவம் இது.

அதற்கு முன்பாக இந்த உண்மைக் கதையைக் கேளுங்கள். க்ளென் கன்னிங்ஹெம் என்ற ஓர் ஓட்டப் பந்தய வீரரின் வாழ்க்கையில் நடந்த இந்தச் சம்பவம் எனக்கு எப்போதும் தூண்டுதலாக இருக்கிறது. அந்த ஓட்டப் பந்தய வீரர் எட்டு வயது இருக்கும்போது ஒரு தீ விபத்தில் மாட்டிக் கொண்டார். அவருடைய உடலின் கீழ் பாகம் முழுவதுமே எரிந்து போய் விட்டது என்று சொல்லவேண்டும். மருத்துவர்கள் அவர் இறந்து போய்விடுவார் என்று சொல்லிவிட்டார்கள். ஆனால் அவர் இறக்க விரும்பவில்லை. தான் இறக்கக்கூடாது, இறக்க மாட்டோம் என்பதை அவர் உறுதியாக நம்பினார். அவர் உயிரோடு இருந்தது மருத்துவத்துறையின் அதிசயங்களில் ஒன்று. அதற்குப் பிறகு அவரால் நடக்க முடியாது என்று மருத்துவ மனையிலிருந்து அனுப்பினார்கள். ஆனால் அவர் தனது சக்கர நாற்காலியிலிருந்து விழுந்து எழுந்து புரண்டு கொஞ்சம் கொஞ்சமாக நடந்து பழகினார். இனி நடக்கமுடியாது, பயனற்றுப் போய்விட்டன என்று சொன்ன கால்களால் நடந்தார். பள்ளிக்கும் கல்லூரிக்கும் போனார். அவரால் ஓட முடியாது என்று சொன்னார்கள். அவர் ஓடப் பழகினார். அதுவும் சாதாரண ஓட்டமல்ல. உலகத்தின் சாதனை ஓட்டத்தை ஓடினார்.

அவர் ஓடிய ஓட்டம்தான் குறைவான நேரத்தில் அதிக தூரம் ஓடிய ஓட்டமாகப் பதிவானது. இப்படிப்பட்ட உறுதியை பற்றிப் படித்தபோது எனக்கும் என்னுடைய தன்னம்பிக்கை அதிகரித்தது. என்னால் எதுவும் செய்யமுடியும் என்று தோன்றியது.

என் எட்டாவது வகுப்பில் எங்களுக்கு மியூசிக் பாடம் உண்டு. அதில் தேர்வும் உண்டு. கர்நாடக சங்கீதம், ஹார்மோனியம் வாசிப்பது, வாய்ப்பாட்டு உள்ளிட்ட பல விஷயங்களை சொல்லித்தருவார்கள்.

ஒரு முறை இன்டெர்னல் எக்ஸாமுக்காக நாங்கள் எல்லாரும் ப்ரிப்பேர் செய்து தயாராகிக் கொண்டிருந்த போது, எனக்கு ஆவேரி ராகம் பாட வேண்டும் என்று ஆசை எழுந்தது. அதை சொல்லிக் கொடுக்கச் சொல்லி நான் எங்கள் வாத்தியாரிடம் கேட்டபோது அவர், ‘என்னது ஆவேரி ராகமா? அதெல்லாம் உனக்கு வராது. இந்த ஆசையே வேண்டாம் விட்டுடு’ என்று கூறிவிட்டார்.

எனக்கு மிகவும் வருத்தமாக இருந்தது. இதற்காக நான் அவர் வீட்டுக்கேகூட சென்று கற்றுக்கொள்ளத் தயாராக இருந்தேன். ஆனால் அவர் எனக்கு அந்த ராகம் வராது என்பதில் உறுதியாக இருந்தார். அதைவிட அந்த ராகத்தை எனக்கு சொல்லித் தரக்கூடாது என்பதில் மேலும் உறுதியாக இருந்தார்.

ஆனால், என்னைவிடச் சுமாராக இசையறிவு கொண்ட பையன் ஒருவனுக்கு அவன் வீட்டுக்கே போய் சொல்லிக்கொடுத்தார். அதற்கொரு காரணம் இருந்தது. ஆனால் நான் அதை இங்கே சொல்ல விரும்பவில்லை.

வாத்தியார் ஆவேரி கற்றுக்கொடுக்க மறுத்து விட்டபோதும் என் ஆர்வம் குறையவில்லை. எப்படியாவது அதைக் கற்றுக்கொண்டு பாட வேண்டுமென்று ஆசை மிகுந்தது.

ஒரு நாள் டாக்டர். பால முரளி கிருஷ்ணா அவர்கள் ‘ஆல் இந்தியா ரேடியோ’ வில் (அகில பாரத வானொலி) மேற்படி ஆவேரி ராகத்தில் கீர்த்தனைகள் பாடுவதைக் கேட்டேன். நான் வீட்டில் இருக்கும்போது ரேடியோவில் அவருடைய பாடல்களை விடாமல் கேட்பது வழக்கம்தான். அன்று அவர் ஆவேரி பாடியபோது நான் அதை அப்படியே என்னுடைய டேப் ரெக்கார்டரில் ரெக்கார்ட் செய்து வைத்துக்கொண்டேன். அதை

டேப் தேய்கிற அளவுக்கு திரும்பத் திரும்பப் போட்டுக் கேட்டு ப்ராக்டீஸ் செய்தேன். எத்தனைமுறை எத்தனை நாள் என்று கணக்கே இல்லை. அத்தனைமுறை போட்டுக் கேட்டேன்.

இந்நிலையில் ஒன்பதாம் வகுப்பில் லோயர் கிரேட் எக்ஸாம் வந்தது. இன்டெர்னலுக்காக வேறொரு ஸ்கூலுக்கு எங்கள் ஆசிரியர்களோடு போயிருந்தோம். எல்லோரும் அவரவர் முறைக்காகக் காத்திருந்தோம்.

எங்களுக்கு எக்ஸாமினராக வந்தவர் அறைக்கு ஒவ்வொரு மாணவராகப்போய் டெஸ்ட் அட்டென்ட் செய்து வந்துகொண் டிருந்தோம். உள்ளே அவர் சொல்கிற ராகத்தில் பாடவேண்டும். நான் என்னுடைய முறைக்காக ஆவலுடன் காத்திருந்தேன். கொஞ்சம் படபடப்பாகவும் தவிப்பாகவும் இருந்தது.

என்னுடைய முறை வந்தது. உள்ளே போனேன். அங்கே ஒரு பெரியவர் நாற்காலியில் உட்கார்ந்தார். அவர் என்னை ஏதாவது பாடல் பாடச் சொன்னார்.

நான் எனக்கு நன்கு தெரிந்த பாட்டுகள் சிலவற்றைப் பாடினேன். பிறகு அவர் கேட்டார்.

'ஆபேரில உனக்கு ஏதாவது தெரியுமா?'

பழம் நழுவி பாலில் விழும் என்று கேள்விப்பட்டிருக்கிறேன். இங்கே பஞ்சாமிருதத்தில் விழுந்தது போல இருந்தது எனக்கு.

'ஐயா ஆபேரில எனக்கு நகுமொமோ தெரியும்' என்றேன்.

'ம்ம்... பாடு பார்க்கலாம்' என்றார்.

உடனே பாடினேன். பாடி முடித்ததும் ஒரே பின் டிராப் சைலன்ஸ். பெரியவரிடமிருந்து எந்த ரியாக்ஷனும் இல்லை. எனக்கு ஒரு மாதிரியாக இருந்தது. பத்துப் பதினைந்து நொடிகளுக்குப் பிறகு அவர் தன் சீட்டில் இருந்து எழுந்து வந்தார்.

நான் கீழே அமர்ந்திருந்தேன். வந்தவர் என் தோளைத் தட்டி 'சபாஷ்... நல்லா பாடினேப்பா... வெரி குட்! வெரி குட்!' என்றார்.

எனக்கு தலைகால் புரியவில்லை. காற்றில் மிதப்பதுபோல் இருந்தது.

நான் கீழே அமர்ந்திருந்தேன். வந்தவர் என் தோளைத் தட்டி 'சபாஷ்... நல்லா பாடினேப்பா... வெரி குட்! வெரி குட்!' என்றார்.

அந்தந்தப் பள்ளியில் இருந்து மாணவர்களை அழைத்து வந்திருந்த ஆசிரியர்கள் வெளியே நின்றிருந்தார்கள். அவர்கள் எக்ஸாம் ரூமுக்கு உள்ளே வர முடியாது. இருந்தாலும் உள்ளே நடப்பதை வெளியில் நின்றபடி ஆர்வமாகக் கேட்டுக்கொண் டிருந்தார்கள். உள்ளே, எக்ஸாமினர், மாணவர்க்கு இடையிலான உரையாடல், மாணவர் பாடுவது உள்ளிட்ட விஷயங்கள் வெளியே ஓரளவுக்குக் கேட்கும். தன்னுடைய மாணவன் எப்படி ஃபெர்பார்ம் செய்கிறான் என்பதைத் தெரிந்துகொள்ளும் ஆர்வம் எல்லா ஆசிரியரிடமும் இருக்குமல்லவா?

என்னுடைய ஆசிரியர் சுப்ரமணியம் வெளியே காத்துக்கொண்டு இருந்தார். நான் வெளியே வந்ததும், 'நீ எப்போடா கத்துக் கிட்டே ஆவேரியை? நல்லா பாடினேடா' என்று சர்டிபிகேட் கொடுத்தார். அவரால் அதற்குமேல் பேசமுடியவில்லை.

இப்படியாக என்னோட இசைப்பயணம் எங்கே போய் நின்றது தெரியுமா?

நான் லயோலா கல்லூரியில் படிக்கும்போது ஃபிலிப்ஸ் நிறுவனம் நடத்தின லைட் மியூசிக் போட்டியில் கலந்துகொண்டு அதில் ஆல் இந்தியா லெவலில் முதல் பரிசைப் பெற்றேன். சில வருடங் களுக்கு முன்பு சன். டிவி.யின் அப்துல் ஹமீது அவர்கள் நடத்தின பாட்டுக்கு பாட்டு நிகழ்ச்சியில் நடுவராகக் கலந்துகொண்டேன்.

இப்போது நான் சொந்தமாக ஒரு ம்யூசிக் ட்ரூப் வைத்திருக் கிறேன். என்னால் சுமார் 2000 தமிழ், தெலுங்கு, ஹிந்தி, உட்பட பன்மொழிப் பாடல்களை ராகங்களுடன் முழுதாகப் பாட முடியும். ஆம்... எனக்கு அத்தனையும் மனப்பாடமாக இருக் கிறது.

ஒருமுறை காமராஜர் அரங்கத்தில் ஒரு நிகழ்ச்சியில் நான் பாடினேன். அங்கே எஸ். பி. பாலசுப்ரமணியன் வந்திருந்தார். அன்றைக்கு நான் 'சங்கீத ஜாதி முல்லை' பாட்டைப் பாடினேன். அது ரொம்பவும் கஷ்டப்பட்டுப் பாடவேண்டிய பாட்டு. எஸ்.பி.பி. முன்னால் நான் பாடுகிறேன் என்கிற விஷயம் எனக்கு சந்தோஷத்தை அளித்தாலும் நன்றாகப் பாட வேண்டுமே

என்கிற பதற்றமும் இருந்தது. நான் பாடும்போது அங்கே கொஞ்சம் ஆடியோ சரியாக வேலை செய்யவில்லை. உடனே எஸ்.பி.பாலசுப்பிரமணியன் தனது இருக்கையிலிருந்து எழுந்துபோய் அந்த ஆடியோ சரி செய்யும் இடத்தில் தானே சரி செய்து நன்றாக பாடல் கேட்கும்படிச் செய்தார். இது எனக்குப் பிறகுதான் தெரிந்தது. அவர் நான் பாடல் பாடி முடித்ததும் என்னிடம் வந்தார். மேடையில் என்னிடம், 'என்ன ஹீரோ' என்றார். நான் அவர் கையைப் பிடித்தேன். என்னை இறுக்கி அணைத்தார். ஒரு பொன்னாடை போர்த்தினார். மேடையில் அதன் பிறகு, தான் இப்போது பாடியிருந்தால்கூட என்னைப்போல் பாடியிருக்க முடியாது என்று சொன்னார். அது எனக்கு மிகப்பெரிய பாராட்டாக இருந்தது.

அப்புறம் ஒரு மேடை நிகழ்ச்சியில் பாடகி திருமதி. வாணி ஜெயராமுடன் இணைந்து 'ஒரே நாள் உனை நான்' பாடலைப் பாடினேன். பாடி முடித்ததும் என்னை மிகவும் பாராட்டினார். நீண்ட நாட்களுக்குப் பிறகு மேடையில் மிகவும் சுலபமாக நல்ல இணையுடன் பாட முடிந்த திருப்தி கிடைத்தாகச் சொன்னார்.

மற்றொரு நிகழ்ச்சியில் 'முன் பனியா' பாடலைப் பாடி முடித்தவுடன் ஒருவர் ஓடி வந்து என் கையில் ஆயிரம் ரூபாய் நோட்டைத் திணித்துவிட்டு ஓடியே போய்விட்டார். நான் திருப்பிக் கொடுக்கக்கூட அவர் அவகாசம் தரவில்லை.

இதுபோல் பாடும்போது எனக்குப் பல பரவசமான அனுபவங்கள் ஏற்பட்டிருக்கின்றன. ஒரு முறை மனோவுடன் ஒரு மேடையில் பாடினேன். அப்போது அவர் என்னிடம் நான் பாடுவதைக் கேட்டால் ஒரு நாளில் நான்கு மணி நேரம் சாதகம் செய்வதுபோல் தெரிகிறது என்றார். நான் சாதகம் செய்வதற்கு நேரம் ஒதுக்குவதில்லை என்று சொன்னபோது அவரால் நம்பவே முடியவில்லை.

என் குரலுக்காக தனியாக எந்தக் கவனமும் நான் எடுப்பதில்லை. எப்போதாவது பயிற்சி செய்வேன். நல்ல உறக்கம் இருந்தால் போதும் குரல் நன்றாக அமைந்துவிடும். மேலும் பாடும் போது இனிமையான சூழல் இருக்கவேண்டும். மக்களின் வரவேற்பு ஏகோபித்த அளவு இருந்தால் அந்த உற்சாகத்திலேயே எத்தனை மணிநேரம் வேண்டுமானாலும் பாடிவிடுவேன். பாடுவது எனக்கு மிகவும் பிடித்த செயல்பாடு என்றுதான் நான்

நினைக்கிறேன். என் எல்லா வேலைகளையும் விட அதிகமான ஈடுபாட்டை பாடுவதில்தான் வைத்திருக்கிறேன்.

பாடுவதை எனக்காக மட்டுமே செய்யும் செயல்பாடாகத்தான் இதுவரை நான் கருதி வந்திருக்கிறேன். அதில் ஒரு பெரிய அளவுக்கான உயரத்தை அடையவேண்டும் என்று நான் நினைத்த தில்லை. அதனால் சினிமாவில் பாடவேண்டும் என்று யாரிடமும் சென்று வாய்ப்பும் கேட்டதில்லை. சினிமாவில் பாடினால்தான் உச்சத்தை அடைய முடியும் என்று நான் பாட கற்கும் போதும் எண்ணவில்லை. அதன் பிறகும் நினைக்கவில்லை. அதனால் அந்த முயற்சியில் நான் ஈடுபடவே இல்லை.

இசை என்பது என்னைப் பொறுத்தவரை மிகவும் ஆழமாக பயிற்சி செய்து கற்கவேண்டிய ஒன்றுதான். சிலர் வெறும் மென்பொருளைக்கொண்டு இசை அமைத்தால் பெருமளவு வெற்றிப் பெற்றுவிடலாம் என்றுகூட நினைத்திருக்கிறார்கள். புதிதாக இசையமைக்க ஆசைப்படுபவர்கள் சிலர் இப்படிப்பட்ட ஒரு கற்பனையில் இருக்கிறார்கள். ஆனால் உண்மையில் அப்படி ஒரு நிலை சாத்தியமில்லை என்றே கருதுகிறேன். மென் பொருள்கள் நம்முடைய உண்மையான திறமைக்கு உதவாது என்றே நினைக்கிறேன். முன்னணி இசையமைப்பாளர்களின் திறமையை குறைத்து மதிப்பிடக்கூடிய நிலைக்குக்கூட இவர்கள் தள்ளப்படுகிறார்கள். வாய்ப்பு கிடைத்தால் மார்க்கெட்டில் இருக்கும் மற்ற இசையமைப்பாளர்களைவிட அதிக திறமை யுடன் தங்களால் இசையமைக்க முடியும் என்று எண்ணிக் கொள்கிறார்கள். அப்படிப்பட்ட நிலை இல்லை என்பதை அவர்கள் புரிந்துகொள்வதற்கு அதிக காலம் எடுக்கும்.

முன்னணி இசையமைப்பாளர்கள் ஒரு வாத்தியம் இசைப்பதில் அல்லது இசையின் நுணுக்கத்தை அறிவதில் என்று ஏதாவது ஒரு வகையில் அதிகமான திறமை கொண்டவர்களாக இருக் கிறார்கள் என்பதை காணத் தவறக்கூடாது.

பாடுபவர்கள்கூட சில வகையான குரல் இருந்தால் வாய்ப்பு கிடைக்கும் என்று நினைக்கிறார்கள். எல்லா வகையான பாடல் களையும் பாட வல்ல குரல் இருந்தால்தான் நிலைத்து நிற்க முடியும் என்பது புரியாமல் இருக்கிறார்கள்.

எந்த ஒரு பாடகரைப்போல் பாடுவது என்பது எளிமையான விஷயம் இல்லை. இருந்தாலும் அவர்களைப்போல் பாடுவது

என்பதால் குரலை ஒரு வகையில் அப்படி பயிற்சி செய்து கொள்ள முடிகிறது. ஆனால் இயல்பான குரலில் புதிய பாடலைப்பாடுவது என்பது வேறு. ஏனெனில் அந்த இயல்பான குரல் பலருக்கும் பிடிக்கவேண்டும். பாட்டின் தரம் நன்றாக அமையவேண்டும். மேலும் பாடகர்கள் அந்த பாடலின் தரத்தை உயர்த்துவதுபோல் பாடத் தெரிந்திருக்கவேண்டும். அதற்கு இசையின் எல்லா அம்சங்களையும் புரிந்து வைத்திருக்க வேண்டும்.

இசையமைப்பாளர் கோருவதை முதலில் சரியாக பகுத்துத் தெரிந்துகொள்ளவேண்டும். அதன் பின் அதை குரல் மூலம் வெளிப்படுத்தத் தெரிய வேண்டும். அப்போதுதான் பாதி வெற்றி கிட்டும். மேலும் அந்தப் பாடலின் உயிர் நாடி எங்கிருக் கிறது என்பதை தொடர்ந்து பாடிப் பார்த்தால்தான் சரியாகப் பிடிக்கமுடியும். இப்படி பாடல்களை அணுகினால் தரமான பாடகர்களாக மாறமுடியும் என்று நான் நினைக்கிறேன்.

இசையைத் தவமாக பயிற்சி பெறுபவர்கள் எத்தனையோ பேர். அப்படிப் பெற்றவர்களின் வெற்றி என்பது உறுதியானது. இதைத்தான் நாம் முன் உதாரணமாகக் கொள்ளவேண்டும். மேலும் இசை மட்டுமல்ல எந்த ஒரு கலையிலும் இருக்கும் திறமையை வளர்த்துக் கொள்ளவும் மெருகேற்றவும் முயல வேண்டும்.

நம் திறமையை மெகேற்றுவது பற்றி ஒரு கதையை சமீபத்தில் படித்தேன். ஒரு மாணவன் வாள் வித்தை போட்டியில் பங்கெடுக்க ஒரு பயிற்சியாளரிடம் சேருகிறான். அந்த குரு அவனை தன் வேலைகள் அனைத்தையும் செய்ய வைக்கிறார். ஆனால் பயிற்சி எதுவும் தருவதில்லை. எப்போதும் ஒரு நாளில் அவன் எதிர்பாராத சமயத்தில் அவன் முதுகில் ஓர் அடி கொடுப்பார். அவனும் இதை சகித்துக் கொண்டிருந்தான். ஆனால் அவர் எப்போது தன்னை அடிப்பார் என்று எதிர்பார்த்துக் காத்திருப்பான். சிலநாள் கழிந்தபோது அவர் தன்னை அடிக்க வருகிறார் என்று புரிந்துகொண்டு சட்டென்று திரும்பிப் பார்ப்பான். அவர் அடிக்காமல் போய்விடுவார். இப்படி சில நாள் கழிந்தது. அவனும் தன் குரு இப்படித் தன்னை நடத்தியது பற்றிய கோபத்தில் அவரை ஒரு நாள் அடித்துவிடவேண்டும் என்று நினைத்துக்கொண்டு அதற்கு திட்டம் தீட்டினான். அவர் ஒரு நாள் தியானித்துக் கொண்டிருந்தபோது பின்னால் சென்று

அடிக்கப் போகும்போது அவர் திரும்பி அவன் கையைப் பிடித்தார். அவன் பயந்துகொண்டு நின்றான். ஆனால் அவரோ அதைத்தான் அவன் செய்வான் என்று எதிர்பார்த்ததாகச் சொன்னார். மேலும் அவனை வேறு எதுவும் சொல்லாமல் மற்ற வேலைகள் செய்யச் சொல்லி அனுப்பிவிடுகிறார். அவனுக்கு எப்படியாவது குருவை அவர் அறியாதபோது அடித்து விட வேண்டும் என்ற எண்ணம் இருந்தது. திடீரென்று ஒருநாள் அவன் குரு அவன் எதிர்பாராத கணம் அவனுக்குப் பின்னால் இருந்து தாக்கவந்தார். அவன் இதை எதிர்பார்த்திருந்ததால் அதைத் தடுத்து அவரை நிலைகுலைய வைத்தான். அவர் முதல் பாடம் இப்போது முடிந்தது என்றார். அவனுக்கு அது பெரிய ஆச்சரியத்தைத் தந்தது. தான் இதுவரை கற்று வந்தது ஒரு பாடம் என்பது அவனுக்கு ஒரு தெம்பைத் தந்தது. அடுத்த சில நாள்கள் குரு, அவன் தூங்கும் போது வாளால் அவனை ஒரு தட்டுத் தட்டி விட்டுச் சென்று கொண்டிருந்தார். அதைத் தடுக்கவேண்டும் என்று அவன் நினைத்தான். ஒரு நாள் தூங்காமல் விழித்திருந்து அவர் வரும்போது தனது வாளை எடுத்துத் தயாராக வைத்திருந் தான். அவர் தட்ட வரும் போது அவர் வாளை தட்டிவிட்டான். அவர் இரண்டாவது பாடம் முடிந்தது என்றார். இப்படி அவனுக்கு ஒவ்வொரு பாடமாக சொல்லிக் கொடுப்பதை அவன் உணராமலேயே புரிய வைத்தார். அதில் அவன் வாள் பயிற்சியில் ஒரு சிறந்த நிலையை அடைந்தான். எந்தத் தாக்கு தலையும் எந்த நேரத்தில் வந்தாலும் சமாளிக்கும் தகுதியைப் பெற்றிருந்தான். அவனுடைய திறமை அவனுக்கே தெரியாமல் மெருகேற்றப்பட்டது.

இப்படித்தான் தேர்ந்த ஒரு பயிற்சியைப் பெற்றால் நம் திறமையும் மெருகேறும்.

இசை போன்ற கலைகளுக்கு அதிக உழைப்புத் தேவை. அதை முறையாகச் செய்தால்தான் நாம் அதிக உச்சத்தைத் தொட முடியும்.

நாம் எந்த அளவுக்கு அந்தக் கலையை முன்வைக்கவேண்டும் என்று முடிவு செய்துகொள்ளவேண்டும். அதற்குத் தக்கபடி பயிற்சி செய்யவேண்டும்.

நிகழ்த்துக் கலைகளில் நம் உடல் சார்ந்த எந்தக் குறையும் நம்மை பாதித்துவிடும். அதனால் அதில் எப்போதும் கவனமாக இருக்க

வேண்டும். குரல் வளத்தைப் பெருக்கும் பயிற்சிகள் குரலை நன்றாக வைத்துக் கொள்வதற்கான உணவு, மற்றும் ஓய்வு போன்றவற்றை சரியாகக் கடைப்பிடிக்கவேண்டும்.

இசைபற்றி முழுமையாக அறியவேண்டும் என்ற ஆர்வம் முதலில் பாடகர்களுக்கு இருக்கவேண்டும். அப்போதுதான் நல்ல பாடகர்களாக உருவாக முடியும். குரல் வளம் என்பது பயிற்சி செய்துகூட பெற்றுக் கொள்ளலாம். ஆனால் ஞானம் என்பதை அறிவதற்கு பெரிதும் பாடுபடவேண்டும். மேலும் அதற்கு விடாமுயற்சி செய்யவேண்டும். எந்த ஒரு தடை வந்தாலும் அதைச் சமாளித்து எப்படியும் இலக்கை அடைவதில் ஒரு குறிக்கோள் வைத்துக் கொள்ளவேண்டும். அப்போதுதான் நம்முடைய லட்சியம் நிறைவு பெறும்.

> ‘மாபெரும் சாதனைகள் நிகழ்த்தப் பட்டவை வலிமையினால் அல்ல. விடா முயற்சியினால்’ என்று ஆங்கிலத்தில் ஒரு மேற்கோள் உண்டு. எத்தனை அருமையான ஆழமான மேற்கோள்... !
>
> எந்த ஒரு செயலையும் அது எத்தனை கடினமானதாக இருந்தாலும் விடா முயற்சியுடன் பயிற்சி செய்து வந்தால் அது நிச்சயம் ஒரு நாள் சாத்தியப்படும்.

5

ஓடி விளையாடு

A SOUND MIND IN A SOUND BODY

படிப்பு, இசையில் மட்டுமில்லை. நான் எனது உடலைப் பராமரிப்பதிலும்கூட மிகுந்த ஆர்வம் காட்டினேன். எனக்கு SIGHT தான் இல்லையே தவிர VISION இருந்திச்சு. (ரெண்டுக்கும் வித்தியாசம் என்னவென்று கேட்கிறீர்களா? அதை அப்புறம் பார்க்கலாம்!)

உடலை நன்றாக வைத்துக்கொள்வது எதற்காக என்றால் மனத்தை நன்றாக வைத்துக் கொள்வதற்காகத்தான். தனித் தன்மை கொண்ட ஒருவர் உருவாக வேண்டும் என்றால் அவரிடம் முழுமையான சக்தி இருக்கவேண்டும். அது உடல் சக்தியாக இருந்தால்தான் முடியும். என்னைப் பொறுத்தவரை நோயின்றி வாழ்வது மட்டுமே சக்தியை பெறும் வழியல்ல. உங்களின் உடல் ஒவ்வொரு காலகட்டத்திலும் ஒவ்வொரு விதமான மாற்றங்களுக்கு உள்ளாகிறது. அதற்கேற்ப உடலை சரியாக வைத்துக் கொள்ளவேண்டும். எனக்கு உடல் நன்றாக இருக்கவேண்டும் என்றால் நான்கு கருத்துகளில் கண்ணும் கருத்துமாக இருப்பேன்.

1. தசை வலிமை-நெகிழ்வுத் தன்மை
2. ஆற்றல்
3. நெருக்கடிகளை எதிர்த்து நிற்கும் வல்லமை
4. இலக்குகளை நோக்கிச் செல்லும் தூண்டல்

இந்த விஷயங்களுக்காகத்தான் நான் உடற்பயிற்சியை விரும்பினேன். எனக்கு இருந்த நெருக்கடிகளை போக்கிக்கொள்ள என் உடல்வலிமையைப் பெருக்கிக் கொள்ள என் இலக்குகளை நோக்கி எட்ட எனக்கு எந்த மனப்பிரச்னையும் இல்லாமல் தவிர்க்க எனக்கு உடற்பயிற்சிதான் உதவியது. இன்றும் உதவுகிறது.

சிலர் உடற்பயிற்சியை சில நாள்கள் செய்வார்கள், அதன் பிறகு அதைப் பாதியில் விட்டுவிடுவார்கள். அதனால் உடல் தாறுமாறாக வளர்ந்துவிடும். பிறகு அதைக் குறைப்பதற்காக மறுபடியும் முயற்சி செய்வார்கள். எனவே அப்படிச் செய்யாமல் உடற்பயிற்சி என்பதை விடாமல் தொடர்ந்து செய்துகொண்டே இருக்கவேண்டும். நாம் உணவை எப்படிக் கட்டுப்பாட்டில் எப்போதும் வைத்திருக்கிறோமோ அப்படி உடலையும் கவனித்துக் கொள்ளவேண்டும். உடற்பயிற்சி மூலம் உடல் வலிமை எப்போதும் சீராக இருக்கும். மேலும் எப்போதும் ஆரோக்கியமான உடல் ஆரோக்கியமான சிந்தனையைத் தரும். அதனால் உடற்பயிற்சியில் கவனம் வைப்பதை பாதியில் முடித்துக் கொள்ளக்கூடாது. தொடர்ந்து பயிற்சி செய்துகொண்டே இருந்தால்தான் நல்லது.

நம் உடல்வாகுக்கு ஏற்ற பயிற்சிகளை நல்ல பயிற்சியாளரைக் கொண்டு செய்யவேண்டும். அப்போதுதான் நமக்கு ஏற்ற பயிற்சிகள் கிடைக்கும். அவற்றைத் தொடர்ந்து செய்வதற்கும் நமக்கு ஆர்வம் வரும். நாமாகவே ஏதாவது ஒரு பயிற்சி செய்வதால் நம்முடைய உடல் ஆரோக்கியம் சீராகும் என்ற உத்தரவாதம் இல்லை. மேலும் மருத்துவர்கள்கூட இந்தக் காலத்தில் தினமும் குறைந்தது அரை மணிமுதல் ஒரு மணி நேரமாவது நடக்கவேண்டும் என்று அறிவுரை தருவதில் உறுதியாக இருக்கிறார்கள். எந்தப் பயிற்சியும் செய்ய முடியாவிட்டால் நடப்பது சிறந்த பயிற்சியாக இருக்கும். நம்முடைய உடலின் ஆற்றலைச் செலவிடுவதற்கு ஏதாவது ஒரு வழி தேவை.

உடல் உழைப்பு இல்லாதவர்கள் நடப்பது சிறந்த பயிற்சிதான். அதைவிட உடற்பயிற்சிக்கான கூடங்களில் பயிற்சி செய்வது சிறந்த ஒன்றாக இருக்கும். அது உடலின் ஆற்றலை அதிகப் படுத்துகிறது. அதனால் உடற்பயிற்சியை தொடர்ந்து செய்யும் ஒரு ஆர்வம் ஏற்படும்.

தசை வலிமைக்கான பயிற்சிகள், எலும்புகளின் தேய்மானம் குறைவதற்கான பயிற்சிகள் என்று தேவையான பயிற்சிகளை செய்யலாம். போட்டி நிறைந்த சூழல் நிலவுவதால் உடற் பயிற்சிகள் அந்த நெருக்கடியை மனத்தில் குறைக்கும். மன இறுக்கத்தைக் குறைத்து அமைதியும் சமாதானமும் உருவாகும் வகையில் மாற்றும்.

நான் +1 படிக்கும்போது, எங்கள் பள்ளியின் பக்கத்தில் இருக்கும் ஒரு ஜிம்முக்கு பையன்கள் எல்லாம் செல்வார்கள். ஜிம்முக்கு போய் விட்டு வந்து அங்கே நடந்த விஷயங்கள் பற்றி, அவர்கள் ப்ராக்டீஸ் செய்ததைப் பற்றியெல்லாம் பேசும்போது எனக்குப் பொறாமையாக இருக்கும். நாமும் ஏன் ஜிம்முக்குப் போகக்கூடாது என்கிற எண்ணம் தோன்றியது.

ஒருநாள் விசாரிப்பதற்காக அந்த ஜிம்முக்குப் போனேன். அங்கே ஒரு ஜிம் மாஸ்டர். மிக நல்ல மனிதர். அவரைப் போய்ப் பார்த்தேன்.

'எனக்கு ஏதாவது ஸ்பெஷல் ட்ரெயினிங் கொடுக்க முடியுமா சார்?' என்று கேட்டேன். கேட்டதுதான் தாமதம்; உடனே என் அருகில் வந்து, தோளில் ரெண்டு அடி கொடுத்து... 'என்ன ஸ்பெஷல் ட்ரெயினிங் உனக்கு? ஹூம்... நல்லாத்தானே இருக்கே நீ? அப்புறம் எதுக்கு ஸ்பெஷல் அது இதுன்னு கேட்கிறே?' என்று அதட்டினார்.

எனக்கு, என்னைப் பார்த்துப் பரிதாபப்படுகிறவர்களைவிட என் மீது நம்பிக்கை வைத்து, என்னை சராசரி மனிதனாகப் பார்க்கிற வர்களை ரொம்ப ரொம்பப் பிடிக்கும். அதனால் எனக்கு ஒரே குஷி.

'தேங்க் யூ சார்... அப்போ நாளைல இருந்து நான் ஜாயின் பண்றேன்'

'அது என்ன நாளைல இருந்து. . ஏன் இன்னைக்கே ஜாய்ன் பண்ண மாட்டியா?'

'சரி... சார்... இன்னைக்கே ஜாய்ன் பண்றேன். ஈவ்னிங் வர்றேன்.'

'ஏன்... ஈவ்னிங்... இப்போவே ஜாய்ன் பண்ணக்கூடாதா?' என்று என்னை உடனே ஜிம்மில் சேர்த்துக்கொண்டார்.

உனக்கு எதுக்கு ஸ்பெஷல் ட்ரெயினிங் என்று சொன்னாரே தவிர, நான் அங்கே இருந்த ஒவ்வொரு விநாடியும் அவர் என்கூடவேதான் இருந்தார். ஒவ்வொரு அசைவையும் சொல்லித் தந்தார். ஒரு மூன்று நான்கு மாதம் வரையிலும் அப்படித்தான் செய்தார். அதற்குப் பிறகு எனக்கு எல்லாமே அத்துபடியாகி விட்டது.

அவர் ஒரு கதையை எனக்குச் சொன்னார். ஒரு பலவீனமான பையன் அவரிடம் வந்து தன்னை எல்லோரும் கேலி செய்வதாகவும் தனக்கு அவமானமாக இருப்பதாகவும் சொல்லியிருக்கிறான். அதற்கு அவர். 'உன்னை நான் உடலழகு சாம்பியனாக மாற்றுகிறேன்' என்று சொல்லி சேர்த்துக் கொண்டாராம். அவனை தன் கண்காணிப்பில் வைத்து சுமார் ஒரு வருடம் சரியான பயிற்சியும் உணவும் எடுக்கச் சொல்லி அவனை மாநிலத்தில் நடந்த ஆணழகர்களுக்கான போட்டியில் பங்கெடுக்க வைத்து ஜெயிக்கவும் வைத்திருக்கிறார். அவர் சொல்வார், 'உடல் ஓர் அற்புதமான எந்திரம். அதை சரியாக இயங்க வைத்தால் எந்தப் பிரச்னையும் வராது. அதற்கு ஏற்படும் இம்சைகளை தொல்லைகளை சரியாகப் புரிந்துகொண்டால் ஆரோக்கியம் மிகவும் சுலபமாக சாத்தியமாகும்' என்பார்.

அவருக்கு அங்கே பயிற்சிக்கு வரக்கூடிய எல்லோரையும் உடலழகு கொண்டவர்களாக மாற்றவேண்டும் என்கிற ஆசை கிடையாது. சிலருக்கு அது போன்ற ஆசை இருந்தால் அதை சரியாக வளர்ப்பார். உடலை இப்படிப் பயிற்சி செய்வது, சிக்ஸ் பேக்ஸ் எல்லாம் வைத்து நடிகர்களைப்போல் உடலை மாற்றிக் கொள்வதற்காக மட்டும் தேவைப்படுவதில்லை. சிலருக்கு இது போன்ற ஆசைகள் இருக்கலாம். அது தவறில்லை. அதிலேயே முழுமையான கவனத்தை வைத்து உடலை வளர்த்தெடுக்க வேண்டியிருக்கும். அது போன்ற இலக்குகள் எந்த லாபத்தைத் தரும் என்பதையும் பார்க்கவேண்டும்.

நான் அங்கே ஜிம்மில் ஒவ்வொரு செக்ஷனாகப் போவேன். அப்போதெல்லாம் எல்லாமே மேனுவல்தான். PULL UPS, DUMP BELL, BAR EXERCISE இப்படி ஒவ்வொன்றிலும் நான் நேரம் செலவழித்து விரிவாக எல்லாவற்றிலும் பயிற்சி எடுத்துக் கொள்வேன். அந்த ஜிம் முழுக்க, அங்கே இருக்குற ஒவ்வொன்றும் எனக்கு நன்றாகப் பரிச்சயமாக்கும் அளவிற்கு நான் வந்ததிற்குப்

பிறகு தான் எனக்கு INDIVIDUAL ATTENDANCE கொடுப்பதை அவர் நிறுத்தினார்.

இந்தவிதமாக ஜிம்க்குப் போய், நல்லபடியாக உடற்பயிற்சிகள் செய்தது, எனக்கு உடலை கட்டுக்கோப்பாக வைத்துக்கொள்ள மிகவும் உதவியாக இருந்தது. அது மட்டுமில்லாம இன்னொரு விஷயத்துக்கும் அது மிகவும் உதவியது.

எப்படியென்றால், எனக்குக் கண் பார்வை இல்லை என்பதால், ‘இவன்கூடப் போய் என்னத்தைப் பேசுவது’ என்று என்னுடன் பழகத் தயங்கின பையன்கள் உண்டு. குறிப்பாகக் கொஞ்சம் குறும்பாக இருக்குற பையன்கள், கடைசி பென்ச் மாணவர்கள் இவர்களெல்லாம், என்னுடைய இந்த பாடிபில்டிங் - ஃபிட்னெஸ் ஆர்வம் காரணமா, இதற்காகவே என்னுடன் பேசத் தொடங்கினார்கள்.

‘ஹேய்... நல்லா இருக்குடா உன் உடற்கட்டு. ஆர்ம்ஸ் எல்லாம் சூப்பரா இருக்கு. எப்படிடா மெயின்டெயின் பண்றே?’ என்றெல்லாம் மிகுந்த ஆர்வத்துடன் என்னிடம் பேச வந்தார்கள். நானும் ஒரு ஹீரோ ரேஞ்சுக்கு அவர்களுக்கு டிப்ஸ் எல்லாம் அள்ளிவிட்டேன்.

பள்ளிக்குக்கூட நான் தினமும் சரியான நேரத்துக்குப் போனேனோ இல்லையா ஜிம்முக்கு கரெக்டாகப் போய்டுவேன். கடைசியில் இது எங்க போய் முடிந்ததென்றால் அந்தப் பள்ளியிலேயே ARM WRESTLING சாம்பியனாக நான்தான் இருந்தேன்.

ARM WRESTLING ஐ வகுப்பின் இடைவேளையில், சாப்பாட்டு நேரத்தில், இண்டர்வெல் நேரத்தில் என்று கிடைத்த நேரத்தில் எல்லாம் எல்லோரும் விளையாடுவோம்.

‘இளங்கோவை இதுல ஜெயிக்கவே முடியாதுடா’ என்று எல்லோரும் பேசும் அளவுக்கு ARM WRESTLING சாம்பியனாக என்னுடைய பெயர் அடிபட்டது. பிற விளையாட்டுகளில் கலந்துகொண்டு என்னால் சாதிக்க முடியாததை நான் இதில் சாதித்தேன். கப்பும் மெடலும் வாங்கிக் குவித்தால்தான் சாதனை என்பதில்லை. நான்கு பேரை நாம் விளையாட்டில் ஜெயித்தோம் என்கிற உணர்வே பெரிய மெடல் தான். அதில் கிடைக்கும் சந்தோஷமே தனிதான்.

இதுதான் நமக்கென்று இருக்கும் தனித்துவம். என்னால் இதில் ஒரு தனித்துவத்தை அந்த வயதில் எட்ட முடிந்ததற்கு என் உடல் வலிமை காரணம். இப்படி பல காலகட்டங்களில் பல்வேறு இலக்குகள் இருக்கின்றன. அவற்றை எட்டுவதற்கும் உடல் வலிமையும் மன வலிமையும் அவசியம்.

நம்மைப் பற்றிய ஒரு தாழ்வு மனப்பான்மை நீங்கவும் நாம் மற்ற எல்லோரையும்போல எந்த விதத்திலும் குறைந்தவர்கள் இல்லை என்ற எண்ணத்தை ஏற்படுத்திக் கொள்ளவும் இந்த உடற்பயிற்சிதான் உதவியது. மேலும் உடற்பயிற்சி மூலம் ஆரோக்கியமான உடல் சாத்தியப்படுகிறது. அது தெளிந்த மனத்தைத் தருகிறது. அந்த காலகட்டத்தில் எனக்கு மிகவும் உதவிய ஒன்றாக இந்த உடற்பயிற்சி இருந்தது.

பெற்றோர்கள் எப்படி இருக்கவேண்டும் என்பது பற்றி எனக்கு ஒரு கதை நினைவுக்கு வருகிறது. எறும்புகள் இரண்டு தன் குட்டி எறும்பிடம் அதன் சக்திக்கு மீறிய எடையை தூக்கச் சொல் கின்றன. அது, 'தான் சிறியதாக இருப்பதால் அந்த எடையைத் தூக்க முடியாது' என்று கூறுகிறது. அதற்கு பெற்றோர் எறும்புகள், 'சிறுவயதில் தாங்களும் இப்படித்தான் இந்த வேலைகளைச் செய்திருப்பதால் அது பழகிவிடும்' என்கின்றன. அந்த குட்டி எறும்பு தன் சக்திக்கு மீறிய ஓர் உணவுத் துணுக்கை எடுத்துக் கொண்டு ஒரு சிறிய மேட்டில் ஏறி வரும்போது கால் தவறி கீழே விழுந்துவிடுகிறது. வேறு ஓர் எறும்புக் கூட்டத்தில் போய்ச் சேருகிறது. அங்கு அதனை எல்லா எறும்புகளும் ஒதுக்கு கின்றன. பெரும்பாடு பாடுகிறது. தன் பெற்றோர்களைக் காணாமல் துன்புறுகிறது. தன் உணவைத் தேட முடியாமல் வருந்துகிறது. எப்படியோ துன்பப்பட்டு கடைசியாகத் தன் இருப்பிடம் வந்து சேர்கிறது. பெற்றோர் எறும்புகள் தங்கள் தவறை உணர்கின்றன. இப்படித்தான் பெற்றோர்கள் தங்களது பிள்ளைகளின் உடல் நலத்தைச் சிந்திக்கிறார்கள். பிள்ளைகளின் சக்திக்கு மீறிய செயல்களைச் செய்யவைத்து அவர்களை எந்தத் துறையிலும் பெரிய அளவுக்கு வர முடியாமல் செய்துவிடு கிறார்கள்.

உடற்பயிற்சி மூலம் சாதிக்கக்கூடியது எதுவும் இல்லை என்று தான் பல பெற்றோர்கள் நினைக்கிறார்கள். பிள்ளைகளின் உடல் ஆரோக்கியத்தைப் பற்றி அக்கறை கொள்ளாமல் அவர்களின் பலவீனத்திற்குக் காரணமாகிவிடுகிறார்கள். தங்களோட

பிள்ளைகளை படிக்கச் சொல்லி வற்புறுத்தும் பல பெற்றோர்கள் அவர்கள் தங்களோட உடம்பை ஆரோக்கியமா நல்லா ஃபிட்டா வெச்சிக்கணும் என்பதை வலியுறுத்துவதில்லை.

விளையாட்டு வெறும் மகிழ்ச்சிக்கானது மட்டுமில்லை என்பதை பலரும் ஏற்பதில்லை. அது உடலின் வலிமைக்கும் ஆற்றலுக்கும் முதன்மையாக இருப்பது. இப்போது விளையாட்டில் ஈடுபடு வதுகூட நல்ல எதிர்காலத்தைத் தருகிறது. கிரிக்கெட் போன்ற விளையாட்டுகள் பிள்ளைகளுக்கு வளமான எதிர்காலத்தைத் தரக்கூடும். விளையாட்டில் முழு நேரத்தையும் செலவிட வேண்டியதில்லை. ஆனால் விளையாட்டு இல்லாமல் இருந்தால் படிப்பில் மட்டுமே கவனம் கொள்ள முடியும் என்பதும் தவறானது. தொலைக்காட்சி முன்பு அமர்ந்து நேரத்தை செலவழிப்பதை விட விளையாடலாம். அது உடலை உற்சாகம் கொள்ளவைக்கும்.

பள்ளிகளில் முன்பு உடற்பயிற்சி வகுப்பு என்று தனியாக இருக்கும். அதில் ஒரு மணி நேரம் செலவழிப்பது உடற் பயிற்சிக்கு உதவியது. அதுபோல் இப்போது இல்லை. அதனால் விளையாடப் போவது என்பது அவரவர் விருப்பம் என்பதாக மாறிவிட்டது. மேலும் அது பெற்றோரின் விருப்பமாக இப்போது மாறிவிட்டது. பெற்றோர்களின் இலக்கை எட்டும் விசைகளாக பிள்ளைகள் மாறிவிட்டார்கள். எல்லோருமே ஒரே படிப்பை படிப்பது ஒரே இலக்கைக் கொண்டிருப்பது என்ற ரீதியில் சிந்திக்கிறார்கள். உடல் ஆரோக்கியம் இல்லாவிட்டால் எதையும் சாதிக்க முடியாது என்பதைப் பற்றி யாரும் அக்கறை கொள்வதில்லை.

A SOUND MIND IN SOUND BODY அப்படின்னு சொல்றாங்களே அதோட அர்த்தம் நிறைய பெற்றோர்களுக்கு முழுசா புரிஞ்சிருக் கான்னு தெரியலே.

பலவீனமான உடலில் இருக்கும் மூளையின் ஆற்றலும் குறைந்து விடும் என்பது பற்றிய விழிப்புணர்வு இல்லை. மூளையின் ஆற்றல் பாடங்களை மனப்பாடம் செய்வதால் மட்டும் வளர்வதில்லை. சிந்திக்கும் ஆற்றலும் முக்கியம். எதிர்காலத்தில் ஏற்படும் பல்வேறு பிரச்னைகளை சமாளிக்க மூளையின் ஆற்றலை பெருக்கவேண்டிய அவசியத்தை பல பெற்றோர்கள் புரிந்துகொள்வதில்லை. அவர்கள் எப்படி இருக்கிறார்களோ

அதைவிட பிள்ளைகள் நன்றாக இருக்கவேண்டும் என்று மட்டுமே ஆசைப்படுகிறார்கள். அதற்கான வழிமுறைகளைச் சிந்திக்க மறந்துவிடுகிறார்கள்.

நோயற்ற வாழ்வே குறைவற்ற செல்வம் என்பார்கள். நோயைத் தீர்க்க மருந்துகளை நாடி நிற்பது புத்திசாலித்தனம் ஆகாது. உடலின் எதிர்ப்பு சக்தியை வளர்க்க நோய்கள் அண்டாமல் இருக்க உடற்பயிற்சிதான் தேவை. உடற்பயிற்சி செய்யாமல் ஆரோக்கியம் கிடைத்துவிடும் என்று கனவு காணக்கூடாது.

நோயுற்றவர்கள்கூட நடைப்பயிற்சி மேற்கொள்வது அவசியம். எனவே உடற்பயிற்சி மூலம் நிச்சயமாக ஒரு நல்ல ஆரோக்கிய வாழ்வைப் பெற முடியும் என்பது உறுதியாகும்போது அதை சிறு வயதிலிருந்தே தொடங்கினால் என்ன? மேலும் இளமை யாக இருக்கவும்கூட உடற்பயிற்சி முக்கியம். இள வயதிலேயே மூப்படைந்த தோற்றத்தை சிலர் பெற்றுவிடுவதாகச் சொல் கிறார்கள். அதை எப்படித் தடுப்பது? உடற்பயிற்சிதான் சிறந்தவழி.

இள வயதிலேயே அதிக சோர்வு, களைப்பு ஏற்படுவதால் வேலையில் உற்சாகமின்மை தோன்றும். அதனால் வயதாவதன் வலியை ஏற்பதாகிவிடும். உடற்பயிற்சி மூலம் இளமையான துடிப்பான உற்சாகத்தை தக்கவைக்க முடியும்.

சிலர் உடற்பருமன் ஆகிவிட்டது என்று கவலைப்படுவார்கள். அதற்காக எந்த முயற்சியும் செய்யாமல் இருந்துவிடுவார்கள். சிறுவயதிலேயேகூட பிள்ளைகள் அதிக பருமன் ஆகிவிடும் தொல்லைகள் இப்போது ஏற்படுகிறது. இதற்குக் காரணம் முறையாக பயிற்சி செய்யாமல் இருப்பதுதான்.

உணவுப் பழக்கவழக்கங்கள் மாறிவிட்டதால் உடற்பருமன் ஏற்படுகிறது. இதைத் தவிர்க்க சரியான உடற்பயிற்சி அவசியம். நம் உடல் நமது கட்டுப்பாட்டில் இருக்கவேண்டும். நாம் நமது உடலின் கட்டுப்பாட்டில் இருக்கக்கூடாது. அதனால் சிறுவயதி லிருந்தே பயிற்சிகளைத் தொடங்கவேண்டும். மேலும் குழந்தைகள் விளையாடவும் அனுப்பப்படவேண்டும்.

பிள்ளைகளுக்கு படிப்பு முக்கியம்தான். அதைவிட முக்கியம் அவர்களது உடலும், FITNESSம். எனவே குழந்தைகளை நன்றாக விளையாட விடுங்கள். எதிர்கால சூழ்நிலைகளைச் சமாளிக்க

பள்ளிப் படிப்பு மற்றும் வேலை மட்டும் போதாது. முக்கியமாக LIFE STYLE நோய்கள் என்று சொல்லப்படுற நீரிழிவு, பி.பி., இதய நோய், உடல் பருமன் இதைப் பற்றியெல்லாம் குழந்தைகளுக்கு நல்ல விழிப்புணர்வு இருக்கவேண்டும்.

A SOUND MIND IN A SOUND BODY

நம்முடைய குழந்தைகளுக்கு படிப்பு மிகவும் முக்கியம். அதைவிடவும் அவர்கள் ஆரோக்கியமாக ஃபிட்டாக இருப்பது இன்னும் முக்கியம். உடலை ஃபிட்டாக வைத்துக்கொள்வது அவர்களை என்றும் உற்சாகத்துடன் இருக்க உதவும்.

6

வானமே எல்லை

BREAK THE ICE

DETERMINATION மற்றும் PASSION இரண்டும் எனக்கு இயல்பாகவே உண்டு. என்னுடைய வாழ்க்கைப் பயணமே இந்த இரண்டையும் ஒட்டித்தான். சுயபச்சாதாபத்துக்கு என்றைக்குமே நான் இடம் கொடுத்ததில்லை.

'எதுவரைக்கும் நீங்க போராடுவீங்க?'ன்னு யாராவது என்னைக் கேள்வி கேட்டால்... 'வெற்றி கிடைக்கும்வரை... அல்லது உயிரோடு இருக்கிறவரை' என்பதே என் பதிலாக இருக்கும்.

'வாழும்வரை போராடு வழி உண்டு என்றே பாடு' என்பது தான் இந்த விஷயத்தில் என் கொள்கை.

என் நீதி போதனை ஆசிரியர் ஒரு கதை சொல்வார்.

ஒரு மிகப்பெரிய பாறை இரு ஊர்களுக்கு நடுவே இருந்தது. அதைக் குடைந்தால்தான் பாதை அமைக்க முடியும். அதை பிளக்க முடியாத அளவுக்கு அது மிகவும் வலுவானதாக இருந்தது. எப்படி அந்தப் பாறையை உடைப்பது என்று யோசித்துக் கொண்டிருந்தார்கள். அந்தப் பாறையின் மீது எறும்புகள் சாரிசாரியாக ஊர்ந்து கொண்டிருந்தன. இதைப் பார்த்தவர்கள் இந்த எறும்புகள் எந்த இடத்திலிருந்து வேண்டு மானாலும் உணவுக்கு வந்து விடுகின்றன என்று யோசித்தார்கள். சில நாட்கள் கழிந்தன. அந்த பாறையை உடைப்பதைப் பற்றி

எல்லோரும் மறந்து போயிருந்தார்கள். அப்போது அந்தப் பாறையில் ஒரு பிளவு தென்பட்டது. அங்கு எறும்புகள் ஊர்ந்து அடுத்த பக்கத்திற்கு போய்க்கொண்டிருந்தன. பாறையை உடைக்கும் முயற்சியை மனிதர்களை விட எறும்புகள் எவ்வளவு வேகமாக செய்துவிட்டன என்று தோன்றியது.

அப்படித்தான் எனக்கும் ஒரு விஷயத்தைத் தெரிந்து கொள்ள வேண்டுமென்றால் அதில் முழுமையாக ஈடுபட்டு அதைப் புரிந்துகொள்வேன். ஆங்கிலம் எனக்கு எல்லாவற்றையும் விட அதிகமான முக்கியத்துவம் கொண்டது என்பதால் நான் அதில் ஆர்வத்தை பெருமளவு வளர்த்துக் கொண்டேன்.

+1 மற்றும் +2 வகுப்பு இரண்டுமே நான் ஆங்கில மீடியத்தில் படித்திருந்தாலும் அதன் மூலம் எனக்கு ஆங்கிலத்தில் FLUENCY என்று சொல்லப்படும் ஆங்கிலப் புலமை ஏற்படவில்லை. தட்டுத் தடுமாறி திக்கித் திணறித்தான் ஆங்கிலம் பேசிவந்தேன். ஆனால் அது ஆங்கிலத்தில் எனக்கு இருக்கும் பற்றை எள்ளளவும் குறைக்கவில்லை.

ஆங்கிலத்தைக் கற்பது மட்டுமே வாழ்க்கை லட்சியமாகக்கூட அப்போது இருந்தது என்று சொல்வேன்.

ஆங்கிலத்தைக் கற்பது என்பது ஒரு மொழியைக் கற்பது மட்டும் அல்ல. அதிலுள்ள இலக்கியத்தை அதன் பயன்பாட்டை அதன் நிபுணத்துவத்தைக் கற்பது. அதற்காக நான் செலவிட்ட நேரம் அதிகம். அதிக உழைப்புக் கோரும் ஒன்றாகவும் அந்த வேலை இருந்தது. ஆனால் அதில் இருக்கும் ஆர்வமும் தணியாத தாகமும் அதை ஒரு சிரமமாகக் கொள்ள முடியவில்லை.

இந்தச் சூழ்நிலையில், லயோலா கல்லூரியில் இளங்கலை பட்டப் படிப்பில் சேர்ந்தேன்.

எங்கள் வகுப்பில் மொத்தம் 110 பேர். அங்கே டிசில்வா என்று ஒரு பேராசிரியர் இருந்தார். 110 பேருக்கும் அட்டெண்டென்ஸை ஒரு ஒன்றரை நிமிடத்தில் டக் டக்கென்று எடுத்து விடுவார். அவரைப் பற்றி ரெண்டு விஷயம் சொல்லவேண்டும்.

ஒன்று, அவருடைய ஆங்கிலம் பேசும் ஸ்டைல்; மிகவும் ஸ்டைலிஷா இருக்கும் அவரது லாங்குவேஜ். இரண்டு, அவரின்

டிரெஸ்ஸிங் சென்ஸ். கைக்கடிகாரத்திலிருந்து, ஷூ வரையிலும் எல்லாமே போட்டிருக்கும் உடைக்கு மேட்ச்சிங்காகத்தான் இருக்கும்.

எப்போதும் அவரின் வகுப்பில் பின்டிராப் சைலன்ஸ் இருக்கும். பாடம் நடத்தும்போதும் நடத்தி முடித்த பின்னரும், கேள்விகள் கேட்பார்.

அவருடைய கேள்விகளுக்கு நல்ல ஆங்கிலப் புலமை இருக்கும் ஒரு நாலைந்து மாணவர்கள்தான் எப்போதும் பதில் சொல் வார்கள். மற்றவர்கள் அமைதியாகத்தான் உட்கார்ந்திருப்பார்கள். பெரும்பாலும் அது VOCABULARY சம்பந்தமாகத்தான் இருக்கும். எனக்கு அவர் பேசுவது ஒன்றும் புரியாது.

ஒருபக்கம் ஆங்கிலத்தின்மீது ஒரு தீராத தாகம். மறுபக்கம் இந்தப் புரியாமை. இது இரண்டுக்கும் இடையில்தான் என்னுடைய பெரும்பாலான ஆங்கில வகுப்புகள் கடந்தன. இதனால் இவரது வகுப்பில் என்னால் மனரீதியாகப் பங்கெடுத்துக்கொள்ள முடியவில்லை. ஒவ்வொரு மணிநேரமும் வீணாகக் கழிந்தது.

ஒவ்வொரு முறையும் அவர் கேட்கும் கேள்விக்கு ஏதாவது பதில் சொல்லிவிடவேண்டும் என்று சபதம் செய்வேன். ஆனால் வாய் பேசா ஊமையாகவே இறுதிவரை இருந்துவிடுவேன். இப்படியே சில காலம் உருண்டது. இரண்டு செமஸ்டர்கள் முடிந்து மூன்றாவது செமஸ்டர் துவங்கியது.

டிசில்வா சார் இலக்கியத்தை ரசித்து எடுப்பார். அதைக் கேட்கும்போது அதுபோல் நம்மால் இலக்கியத்தை ரசிக்க முடியவில்லையே என்று தோன்றும். மொழி ஆற்றல் இருந்தால் அதேபோல் நாமும் இலக்கியத்தை ரசிக்கலாமே என்று நினைப்பேன். ஆங்கில இலக்கியத்தில் புலமை இருந்தால் இந்தப் பாடங்களை எவ்வளவு ரசிக்கலாம் என்று ஏங்கத் தொடங்கினேன். அவர் நடத்திய பாடங்களை மீண்டும் மீண்டும் படித்துப் பார்த்தேன். அவர் எப்படிப்பட்ட சொற்களைப் பயன்படுத்தி அந்த இலக்கியங்களை வர்ணித்தார் என்பதை நினைவுபடுத்தி அந்த இலக்கியங்களைப் படித்தேன். அப்போது தான் எனக்குப் புதிய சொற்களும் அதற்கான பொருளும் புரியத் தொடங்கியது.

இடைப்பட்ட காலங்களில் என்னுடைய ஆங்கில VOCABULARY என்று சொல்லக்கூடிய சொல்திறனை வளர்த்துக்கொண்டேன். புதிய சொற்கள் தெரிந்தால் உடனே அதற்கான பொருளை அறிந்துகொள்வது அதை எப்படிப் பயன்படுத்துவது என்பதைப் புரிந்துகொள்வது என்று அதற்காக முழுமையான ஈடுபாட்டைச் செலுத்தினேன்.

பொதுவாக நான் பாடங்களைப் பதிவு செய்து அதைக் கேட்டு என் குரலில் மீண்டும் அதைப் புரிந்து பதிவு செய்துகொள்வேன். இப்படி திரும்ப என் குரலில் பதிவு செய்வது என்பது எனக்கு என் குரலைப் பயிற்றுவிப்பதற்கான வாய்ப்பாக அமைந்தது. பல பாவனைகளுடன் வாசிப்பது, வேகமாகப் படிப்பது என்ற பயிற்சியும் எனக்கு உருவானது. அது எனக்கு ஒரு தொழிலை பின்னாளில் ஏற்படுத்திக் கொடுத்தது.

ஒருநாள் டிசில்வா 'தி பாரடைஸ் லாஸ்ட்' என்கிற பாடத்தை நடத்திக்கொண்டிருந்தார். அப்போது அவர் ஒரு கேள்வி கேட்டார்.

அதாவது 'IMP என்றால் என்ன?' என்பதுதான் அந்தக் கேள்வி. அவர் கேள்வி, கேட்டால் ஐந்து அல்லது ஆறு நொடிகள்தான் காத்திருப்பார். எப்போதாவது சில சமயம் மட்டும், சரியான பதில் வரும்வரைக்கும் காத்திருப்பார். எப்படியாவது அவருடைய கேள்விகளுக்கு பதில் சொல்லிவிட வேண்டு மென்று எல்லோரும் துடிப்பார்கள். இதனால் அவருடைய வகுப்புகள் ஒவ்வொன்றும் மாணவர்களுக்குச் சவாலாகவே இருக்கும். குறிப்பாக எனக்கு பெரும் சவாலாக இருக்கும்.

அதுனால் அவர் 'IMP என்றால் என்ன?' என்று கேட்டதுதான் தாமதம், நான் உடனே கை தூக்கிவிட்டேன்.

அவர் உடனே என்னைப் பார்த்து, 'எஸ்...' என்றார். அவர் கேட்கும் விதமே கொஞ்சம் பயமாகத் தான் இருக்கும்.

நான் உடனே, எனக்குத் தெரிந்த ஆங்கிலத்தில் IMP என்றால் 'பேபி டெவில்' என்றேன். அவர், 'ABSOLUTELY' என்றார் உடனே.

அப்போது நான் அடைந்த சந்தோஷத்துக்கு அளவே இல்லை.

மேலோட்டமாகப் பார்த்தால் இது சாதாரணமாகத் தெரியலாம். ஆனால், இதுபோன்ற அனுபவத்தை உணர்ந்தவர்களுக்குதான் அதன் மதிப்பு தெரியும்.

இதுபற்றி நான் மேலும் ரெண்டு விஷயம் சொல்ல ஆசைப் படுறேன்.

அதாவது விடாமுயற்சி... ஒவ்வொரு நாளும் 'இன்றைக்கு எப்படியாவது நாம் பதில் சொல்லிவிடவேண்டும்' 'இன்றைக்கு எப்படியாவது சொல்லிவிடவேண்டும்' என்கிற ஒரு வெறி உந்தித் தள்ளியது. டிசில்வா சார் நூறு கேள்வி கேட்டிருப்பார் என்றால் அதில் பல கேள்விகளுக்கு நான் பதிலை யூகித்துச் சொல்ல முற்படுவதற்குள் வேறு யாராவது கையைத் தூக்கிவிடுவார்கள். ஆனாலும் என் முயற்சியை நான் விடவில்லை. என் தீர்மானத்தைக் கைவிடவில்லை.

இந்த IMP என்கிற சொல் எனக்கு என் பள்ளியில் நான் கேட்ட கதையில் வந்தது. குட்டி சாத்தான்கள் எப்படிப்பட்ட அழிவு களை நிகழ்த்துகின்றன என்று அந்தக் கதையில் வந்தது.

எனவே அதை சரியாகச் சொல்லிவிட்டேன்.

சக மாணவர்கள் எல்லாம், அதற்குப் பிறகு, 'என்னய்யா... டிசில்வா கிளாஸ்லயே பேசிட்டியா நீ... பெரிய ஆளு தான்யா?' என்றெல்லாம் ஆஹா ஓஹோவென்று சொல்லி, என்னை ஒரேயடியாக குஷிப்படுத்தினார்கள். நான்தான் முன்பே கூறினேனே... டிசில்வா சார் வகுப்பில் அவர் கேள்விக்கு பதில் சொல்வதென்பது மிகப் பெரிய விஷயம். கௌரவம்.

இது போன்ற சாதனைகளில் கிடைக்கக்கூடிய சந்தோஷத்தை நாம் மறுக்கக்கூடாது. அதை அனுபவிக்கவேண்டும்.

மேற்கூறிய சம்பவத்துக்கு பிறகு, டிசில்வா சார் வகுப்பில் என்னுடைய PARTICIPATION ஏதாவது ஒரு வகையில் இருக்கும். சில சமயங்களில் தப்பாகக்கூட பதில் சொல்லியிருக் கிறேன். அவர், 'NOT EXACTLY THAT' என்று சொல்லி அதை திருத்தித் சொல்வார்.

மேற்கூறிய நான் முதலில் பதில் சொன்ன அந்த IMP சம்பவம் என்னைப் பொறுத்தவரையிலும் ஒரு IMPORTANT சம்பவமாகவே

மாறிப்போனது. அதாவது எனக்கும் டிசில்வா சாருக்கும் இடையே இருந்த ஒரு திரையை அது விலக்கிவிட்டது.

யாருடைய வகுப்பில் நாம் ஒரு கேள்விக்காவது பதில் சொல்ல மாட்டோமா என்று ஏங்கினேனோ அவரை அவருடைய டிப்பார்ட்மென்ட் அலுவலகத்தில் தனியாகச் சந்தித்து பாடம் தவிர்த்து பிற பொதுவான விஷயங்களும் உரையாடும் அளவிற்கு வந்தேன்.

அவருடைய ஆங்கிலப் புலமையைக் கேட்பதற்காகவே அவருடன் பேசுவேன். அவர் எப்படி ஆங்கிலத்தைப் பேசுகிறார் என்று உற்றுக் கவனிப்பேன். அந்தவிதமான உச்சரிப்பை நாமும் பயன்படுத்தவேண்டும் என்று நினைப்பேன். இப்படி ஆங்கிலத்திற்காக எந்த அளவு முயற்சி எடுக்கவேண்டுமோ அத்தனையும் செய்திருக்கிறேன்.

ஆங்கிலத்தில் ஏற்பட்ட புலமைதான் பிறகு மிகவும் நல்ல பலனைத் தந்தது. மேலும் தொழில் ரீதியாகவும் ஆங்கிலப் புலமை பெரிதும் உதவிக் கொண்டிருக்கிறது. பலரும் ஆங்கிலத் தைக் கற்றுக் கொள்ள படும்பாட்டை பார்த்திருக்கிறேன். அவர்களில் சிலருக்கு நான் உதவுகிறேன். அவர்களுடைய ஆங்கில ஆர்வத்தை சரியாக நிறைவு செய்கிறேன். அதுதான் எனக்கு மிகவும் திருப்தி தருகிறது.

லயோலா கல்லூரியில் ஆங்கிலத்தைப் பொறுத்தவரை எனக்கு பல்வேறுபட்ட அனுபவங்கள் உள்ளன. முக்கியமாக டிசில்வா சாரிடம் ஏற்பட்ட அனுபவம் அவருடைய ஆங்கிலத்தைப்போல் எனக்கும் ஆங்கில அறிவு வரவேண்டும் என்ற ஆர்வம் காரண மாக வந்தது. உண்மையில் அவரைப்போல் இப்போது நான் ஆங்கிலத்தை யாருக்கும் கற்றுத் தருவதில்லை. எனக்கு என்று ஒரு பாணி இருக்கிறது. அது யாரையும் பயமுறுத்தாது. ஆர்வ மூட்டும் வகையில் கற்றுத் தர முடிகிறது. மேலும் ஆங்கிலம் என்றாலே மிகவும் கடினமான மொழி என்ற மாயை நீக்கும் வகையில் செயல்பட முடிகிறது. அதுதான் உண்மையில் பெரிய மகிழ்ச்சியைத் தருகிறது.

ஆங்கிலத்தைக் கற்றுக்கொள்ள என்னிடம் வருபவர்களுக்கு நான் தரும் பயிற்சிகள் அவர்களால் இயல்பாகவே நல்ல ஆங்கிலம் பேசும்படி செய்வதுதான். அதை முறையாக பயிற்றுவிக்கும்

போது நமக்கும் நமது மொழியின் விசாலம் புரிகிறது. தினமும் ஒன்றைக் கற்றுக் கொள்வதுபோல் இருக்கிறது.

சிலர் வெறும் சில சொற்களைக் கற்றுக்கொண்டுவிட்டால் அந்த மொழியையே கற்பதுபோல் நினைத்துக் கொள்கிறார்கள். மேலும் சிலர் சில இலக்கண விதிகளைக் கற்றுக்கொண்டால் சரியாக பிழையின்றிப் பேசிவிடலாம் என்று நினைக்கிறார்கள். இது தவறான அணுகுமுறை. ஒவ்வொரு மொழிக்கும் அதனுடைய நுணுக்கங்களை அறிந்து கற்பதுதான் சரியான வழி. மேலும் ஒரு மொழியில் சில சொற்களை அறிவதுமட்டும் அந்த மொழியைக் கற்பதாகிவிடாது. மேலும் சில இலக்கண விதிகள் மட்டுமே தமக்குத் தெரியாது, அது தெரிந்தால் சமாளித்து விடலாம் என்று நினைப்பதும் சரியாகாது.

ஆங்கிலத்தில் பேசுவதில் பலர் தயங்குவதற்கு முக்கியமான காரணம் அந்த மொழி பற்றிய ஒரு பயம். மேலும் ஒரு வகையான தாழ்வு மனப்பான்மை. அது, பல மாணவர்களுக்கும் இப்போது அதிகமாக இருக்கிறது. ஆங்கிலத்தில் கற்பது என்பது வேறு. ஆங்கிலத்தைக் கற்பது என்பது வேறு. நானும் 10ஆம் வகுப்புவரை தமிழ் மொழிவழிக் கல்விதான் பெற்றேன். ஆனால் அதன் பிறகு ஆங்கிலத்தில் பாடங்களைப் படிப்பதும் ஆங்கிலத்தைப் படிப்பதும் மட்டுமே எனக்கு சிறந்த ஒன்று என்று தேர்ந்தெடுத்தேன்.

அதுபோலவே ஆங்கிலம் பயிற்றுவிப்பதும் ஒரு கலைதான். ஏனெனில் நான் பயின்ற ஆசிரியர்கள் அப்படிப்பட்ட அணுகு முறையை எனக்கு அளித்தார்கள். ஆங்கிலம் என்பதை அறிவாக அணுகாமல் மொழியாக அணுகவேண்டும். அப்படிச் செய்யாமல் ஆங்கிலத்தில் அடிப்படைகளை சரியாகக் கற்றுக் கொள்ள வேண்டும்.

என் ஆசிரியர்கள் ஒவ்வொருவரும் ஒரு தனித்துவத்தைக் கடைப்பிடித்தார்கள். அதுபோல் நானும் எனக்குரிய ஒரு ஸ்டைலில் கற்றுத் தருகிறேன். எனக்கு எப்போதும் நினைவில் இருப்பவர் டிசில்வா சார்தான். டிசில்வா சாரை அணுகுவது கடினமாக இருந்தாலும் எப்படி அவரிடம் நெருங்க முடிந்ததோ அப்படித்தான் ஆங்கிலமும். அது கேட்க கடினமான மொழி போல் தோன்றினாலும் கற்றுக்கொள்வது எளிதானதுதான்.

இதை எப்படிச் சொல்லவேண்டும் என்றால் அதாவது நாம் யாரைப் பார்த்து பிரமிக்கிறோமோ ரசிக்கிறோமோ அந்த நடிகரையோ நடிகையையோ பார்த்துப் பேசி, அவர்களுடன் அறிமுகம் ஏற்பட்டு அவர்கள்கூடவே ஒன்றாக உட்கார்ந்து சாப்பிட்டால் எப்படி இருக்குமோ அது மாதிரி இருந்தது என்னுடைய அந்த அனுபவம்.

எப்படியாவது ஒரு கேள்விக்குப் பதில் சொல்லிவிட வேண்டும் என்று எனக்கு ஏற்பட்ட வைராக்கியம் கடைசியில் எங்கே கொண்டு விட்டதென்று பார்த்தீர்களா? எனவே எப்போதுமே எந்த மிகப் பெரிய விஷயங்களையும் பார்த்து 'நம்மால் முடியுமா?' என்கிற மலைப் போடு நிறுத்திவிடக்கூடாது.

தொட்டுப்பாருங்கள்... வானமே ஒரு நாள் வசப்படும்!

7

தனி வழி

ROLEMODEL IS THE LIFE MODEL

சென்ற ஆண்டு மலேசியாவில் கெண்டிங் தீவுகளில் உள்ள ஒரு மிகப் பெரிய அரங்கத்தில் சுமார் 25,000 பேர் பங்கேற்ற ஒரு மாபெரும் கூட்டத்தில் உரையாற்றும் வாய்ப்பு கிடைத்தது.

என்னுடைய உரையை முடித்தவுடன் வழக்கமாக நடைபெறும் கேள்வி-பதில் செஷன் நடைபெற்றது.

அப்போது என்னிடம் கேட்கப்பட்ட கேள்விகளில் ஒன்று... .

'நீங்கள் மிகப் பெரிய சாதனையாளர். எத்தனையோ பேருக்கு வாழ்க்கையில் ஜெயிக்க ஓர் உந்துதலாக இருக்கிறீர்கள். ஆனால் உங்களுக்கு யார் ரோல் மாடல்?' என்பது தான்.

அதற்கு நான் 'எனக்கு இன்ஸ்பிரேஷன் என்று பார்த்தால் ஒவ்வொரு துறையிலும் பலர் இருக்கிறார்கள். ஆனால் 'ரோல் மாடல்' என்று பார்த்தால் எனக்கு நான்தான் 'ரோல்மாடல்'.' என்று சொன்னேன். உடனே பலத்த கைதட்டல்.

இன்ஸ்பிரேஷன் நமக்கு பலர் இருக்கலாம். உதாரணத்துக்கு சினிமா பாடகர்களில் எஸ். பி. பி., கே. ஜே. ஜேசுதாஸ், கிளாசிக்கலில் டாக்டர். பாலமுரளி கிருஷ்ணா, நிகழ்ச்சி தொகுப் பாளர்களில் பி. எச். அப்துல் ஹமீது இப்படி பல்வேறு துறையில் பல சாதனையாளர்கள்மீது எனக்கு இன்ஸ்பிரேஷன் உண்டு.

இன்ஸ்பிரேஷன் என்பது ரோல் மாடலாக கொள்ளும் அளவுக்குப் போகுமா என்பது சந்தேகம்தான். ரோல் மாடல் என்பது அவர்களைப்போலவே நம்மை பழக்கிக் கொள்வது. ஆக்கிக் கொள்வது. நமது ஆளுமையை செதுக்கிக் கொள்வது. அப்படிப்பட்ட நபர்களாக நாம் யாரைக் கருதமுடியும் என்ற சந்தேகம் இருக்கிறது. எல்லா சாதனையாளர்களும் ஒரு ரோல் மாடலை முன் வைத்துத்தான் சாதித்திருப்பார்களா என்பது சந்தேகம்தான். சிலர் செய்திருக்கலாம். அநேகம் பேருக்கு அப்படி நடந்திருக்காது. அதனால் எல்லாத் தருணங்களிலும் ரோல் மாடல் என்று ஒருவரைக் கொண்டுவிடுவது வெற்றியைத் தருமா என்ற சந்தேகம் எனக்கு உண்டு.

ஒரு குழந்தைகூட நமக்கு ரோல் மாடலாக இருக்கலாம். அதனுடைய குழந்தைமை, அதனுடைய அறிவு, அதனுடைய மனத்தூய்மை எல்லாமே உங்களை அடிமைப்படுத்திவிடலாம். அதன் தீர்க்கதரிசனம் அதன் நேர்மை எல்லாமே உங்கள் குணத்தை மாற்றிவிடலாம். இப்படி ரோல் மாடல் என்பதற்கு நீங்கள் கொடுக்கும் விளக்கம் என்ன என்பதைப் பொறுத்துதான் அந்த தேர்வு அமையும்.

நான் சிறு வயதில் கட்டபொம்மன், சிவாஜி, மனோகரா போன்ற படங்களில் வரும் வசனங்களை நடித்துக் காட்டுவதில் மிகவும் திறமை கொண்டிருந்தேன். அந்தக் காலகட்டங்களில் அந்த படங்களின் ஹீரோக்களை நான் ரோல் மாடலாகக் கருதிக் கொண்டிருந்தேன். ஆனால் வளர்ந்த பிறகு அது ஒரு குழந்தைமை விளையாட்டுபோல இருக்கிறது. சிறிய வயதில் நம்முடைய கனவுகளை கற்பனைகளை வளப்படுத்துபவர்களை நாம் ரோல் மாடல்களாகக் கருதிக் கொள்கிறோம். அவர்களைப் போல மாற எத்தனிக்கிறோம். ஆனால் வளர வளர நமது இலக்குகள் லட்சியங்கள் மாறுகின்றன. அதன் அடிப்படையில் நமது ரோல் மாடல்களும் மாறுகின்றன.

சில குழந்தைகளுக்கு படிக்கும் வயதில் ஒரு விளையாட்டு வீரர் அல்லது நடிகரை தங்களின் ரோல்மாடலாக வைத்துக் கொள்ளத் தோன்றும். அவர்களின் பெற்றோர்கள்கூட அதை வரவேற்பார்கள். ஆனால் பெரியவர்களாகும்போது அவர்களுக்கு அந்த ரோல் மாடல் மீதான அபிமானம் குறையும். வேறு யாராவது

ஒருவர்மீது அபிமானம் வளரும். இப்படிப்பட்ட நிலைமையில் ஒரு விதமான குழப்பத்திற்குக்கூட சிலர் ஆளாகிவிடுகிறார்கள். ரோல்மாடல் என்பது ஒரு காலகட்டத்தில் அபிமானமாக இருந்துவிடுகிறது என்பதைப் புரிந்துகொள்ள வேண்டும். பெற்றோர்கள் தங்கள் குழந்தைகளுக்கு இப்படிப்பட்ட அபிமானம் ஏற்பட்டிருக்கிறது என்பதைத் தவிர அவர்களுக்கு ரோல்மாடலாக யார் இருக்கவேண்டும் என்பதைச் சொல்லி வளர்க்கலாம்.

ஒருவர் ஒரு சாதனையாளராக இருக்கிறார் என்றால் அதற்கான காரணத்தை பின்னணியை ஆராயவேண்டும். அதற்கான உழைப்பைப் பற்றி யோசிக்கவேண்டும். அப்போதுதான் அந்த உழைப்பைச் செய்வதற்கான மனத்தயாரிப்பு உருவாகும். மேலும் ஒருவரது வெற்றி பற்றி மட்டுமே பார்ப்பதை விட்டுவிட்டு அந்த வெற்றி அடைய எத்தனை தோல்விகள் அவர் சந்திக்க நேர்ந்தது என்பதையும் சிந்திக்கவேண்டும். வெற்றி பெறுவது என்பது வெறும் சாதனை அல்ல. அது வெறும் சுலபமான ஒரு வழிப் பாதையும் அல்ல. அதற்காக பெரும் உழைப்பு தேவைப்படு கிறது. அப்படிப்பட்ட ஒரு வெற்றியைப் பெற வெற்றியாளர் ஒருவரை மனத்தில் வைத்துக்கொள்வது மட்டுமே போதுமான தாக இருக்காது.

வெற்றி பெறுவது என்பது எல்லோருக்கும் பெரும் அவசியத் தேவையாக இருக்கலாம். ஆனால் அதை வெறும் ஒருவரை ரோல் மாடலாக கருதிக் கொள்வதன் மூலம் சாத்தியமாகாது. அதற்கு அவரவர் உழைக்கவேண்டும். அதற்கு எந்த விதத்தில் ரோல் மாடலாகக் கருதுபவர் உதவுவார் என்பதையும் சிந்திக்கவேண்டும்.

எந்த எதிர்பார்ப்பும் இன்று உதவி மட்டுமே செய்பவர்கள் சிலர் இருக்கலாம். அவர்களின்மீது மரியாதை ஏற்படும். அவர்கள் போல் இருக்கத் தோன்றும். அவர்கள்போல் இருக்க முடியாத நிலைதான் நமக்கு ரோல் மாடலாக அவர்களை நினைக்கத் தூண்டுகிறது என்பதை நாம் புரிந்துகொள்ளவேண்டும்.

மிகப்பெரிய சாதனை செய்து மிகப்பெரிய பொருளாதார வளம் பெற்ற ஒருவரை ரோல் மாடலாகக் கொள்வதன் மூலம் நாமும் அதேபோன்ற முயற்சியைச் செய்து அதேபோன்ற பொருளாதார

வளத்தை சேர்க்க முனையக்கூடும். உண்மையில் நமது இலக்கு என்ன என்று யோசிக்கும்போது நமது ரோல் மாடல்கள் மாறக்கூடும்.

ரோல் மாடல் பற்றி ஒரு கதை எனக்குத் தெரியும்.

ஒரு யானை தானொரு மலையைப்போல் இருக்கவேண்டும் என்றும், அப்போதுதான் எல்லா விலங்குகளும் தனக்குக் கட்டுப்பட்டு இருப்பார்கள் என்றும் நினைத்தது.

மலை நகராமல் இருப்பதுபோல் ஒரே இடத்தில் இருந்தது. மலையில் பிளிறி எதிரொலி வருவதைப் பார்த்து தன்னுடைய சிந்தனையை மலை எதிரொலிப்பதாகக் கருதிக் கொண்டது. தன்னுடைய பிளிறல்போல் எந்த விலங்காலும் செய்ய முடியாது என்று கர்வம் கொண்டது. தன்னைப்போல் எல்லோரும் மாற முடியாது என்று நினைத்துக் கொண்டது. மலைதான் அதற்கு எல்லாம்.

ஒரு விஷயம் யானைக்குப் புரியவில்லை. மழை வரும்போது மலைக்கு எந்தப் பிரச்னையும் வருவதில்லை. ஆனால் மழை வந்தால் தனக்கு ஒரு விதமான பயம் வருகிறது. காட்டாறு களைக் கண்டால் பயம் வருகிறது. மலை இதை எப்படி எதிர் கொள்கிறது என்று நினைத்தது. மலை மீது வெயில் அடித்தாலும் மழை பெய்தாலும் எந்த மாற்றமும் இன்றி இருப்பதுபோல் தன்னால் இருக்க முடியவில்லை என்பது யானைக்கு பெரும் குறையாக இருந்தது. மலைக்கும் தனக்கும் இருக்கும் பெரும் வேறுபாட்டைக் களைய என்ன செய்வது என்று தொடர்ந்து யோசித்தது.

அப்போது அங்கு ஒரு குரங்கு வந்தது. யானையின் சிந்தனை யைப் பற்றிக் கேட்டது. மலைபோல் தானும் மாறி விட்டால் தனக்குக் கீழ் எல்லா விலங்குகளும் வரும் என்ற தனது ஆசை யைச் சொன்னது. அதற்கு குரங்கு, மலைபோல் இருக்க வேண்டும் என்றால் உயிரற்றுப் போகவேண்டும். அதற்கு மலையிலிருந்து கீழே குதித்தால் மலைபோல் ஆகிவிடலாம் என்றது. யானைக்கு அப்போதுதான் மலைக்கு இருக்கும் உயிர்போல் தனது உயிர் இல்லை என்று புரிந்தது. மலையை இனி இலக்காகவெல்லாம் கருதவேண்டாம் என்று நினைத்துக் கொண்டது. தனது பலத்தை மட்டுமே இனி நம்பினால் போதும்

என்று எண்ணிக் கொண்டது. விலங்குகளை ஆட்டிப் படைக்கும் ஆசையில் தனது உயிரைவிட்டு மலைபோல் அசை வற்று போகமுடியாது என்று ஆசுவாசப்படுத்திக் கொண்டது.

இப்படித்தான் நாம் எதை பின்பற்ற நினைக்கிறோமோ அது நம்மால் முடியக்கூடிய ஒன்றா என்பதை முதலில் சிந்திக்க வேண்டும். அதைப் பற்றி தீர ஆய்ந்து தெரிந்துகொள்ள வேண்டும். அதன் பிறகு அந்த நபரில் அல்லது அந்த விஷயத்தில் ஈடுபாடு கொண்டால் நமது பாதை மாறாது. மேலும் தெளிவாக இருக்கும்.

நாம் ஒவ்வொரு கணங்களிலும் ஒரு வாழ்க்கையை வாழ நினைத்தால் நம்முடைய சிந்தனைகள் குழப்பமடைந்துவிடும். எல்லாவகையான நேர்மறைத் தன்மையுள்ள சிந்தனைகளையும் கலந்து நமக்கென்று ஒன்று உருவாக்கும்போது நமக்கு தெளிவு பிறக்கிறது. அதை அடிப்படையாக வைத்து நமது குணாதிசயங் களை கருத்துகளை சிந்தனைகளை முன் வைக்கையில் நம்முடைய பாதை சீராக இருக்கிறது. அதற்காக நாம் என்ன செய்தோம் என்பதை கவனமாக உற்றுக் கவனித்தால் போதும். பலரையும் பின் தொடரலாம். ஆனால் ரோல்மாடல் என்று கேள்வி வரும்போது... 'எனக்கு நான்தான் ரோல் மாடல்' என்று அந்தக் கூட்டத்தில் நான் சொன்னேன். அந்த பதிலை யாரும் எதிர்பார்க்காவிட்டாலும் அதை நான் சொன்னபோது மிகவும் ரசித்தார்கள் என்பது அப்போது எழுந்த கைத்தட்டல்களில் இருந்து புரிந்தது.

இதை நான் சொல்வதற்குக் காரணம்... தலைக் கனத்தின் காரணமாகவோ அல்லது தற்பெருமையினாலோ அல்ல. ஏதோ பெரிதாக சாதித்துவிட்டோம் என்ற நினைப்பினாலும் அல்ல.

என்னை நான் ரோல்மாடலாக முன்மாதிரியாக நினைத்துக் கொள்ளும்போதுதான், என் வாழ்க்கையில் இருந்து பாடங்களை கற்றுக்கொள்ள நான் தயாராக இருக்கிறேன். விழவும் பய மில்லை... விழுந்த சுவடு தெரியாமல் எழுந்திருக்கத் தயக்கமும் இல்லை.

என்னை நானே ரோல்மாடலாக நினைத்துக்கொள்ளும்போது தான், 'நான் என்ன பண்ணேன் அந்த நேரத்தில? இதுக்கு முன்ன

அப்படி நடந்திருக்கா? நடக்கலியா? அப்போ என்ன செய்யலாம்? இதை ஒரு ரோல்மாடல் சம்பவமா நம்மோட வாழ்க்கையில பதிவு செஞ்சிடனும். அதுக்கு என்ன செய்யறது?' - இப்படித்தான் யோசிப்பேன் நான்.

என் வாழ்க்கையில் எனக்கு ஏற்பட்ட அனுபவங்கள் எனக்கு மட்டுமே உரியவை. நான் அதை எதிர்கொண்டவிதம் பற்றி விமர்சனங்கள் இருக்கலாம். ஆனால் அதிலிருந்து நான் கற்றுக் கொண்ட பாடம் எனக்கு மட்டுமே உரியது. அந்தப் பாடத்தி லிருந்து என்னை நான் உருவாக்கிக் கொண்டிருக்கிறேன். அதுதான் என்னை எனக்கு ரோல் மாடல் ஆக்கியிருக்கிறது.

அதற்காக நான் உங்களுக்குப் பிடித்த சாதனையாளர்களை ரோல்மாடலா வைத்துக்கொள்ளவே வேண்டாம் என்று சொல்ல வில்லை. உங்களுக்குப் பிடித்த நற்குணங்கள் நிரம்பிய ஒரு சாதனையாளரை நீங்கள் ரோல்மாடலாக தாராளமாக வைத்துக் கொள்ளலாம். கொள்கைப் பிடிப்புடன் வாழும் ஒரு சாதனை யாளர் சொன்னால் நான்கு பேர் கேட்பார்கள் என்ற நிலை இருப்பது நல்லதுதான். ஏனெனில் அவர்களுடைய அந்த IDEOLOGY இதன் மூலம் பரவும். ஆனால், காலப்போக்கில் உங்களுக்கு நீங்களே ரோல்மாடல் என்ற ஒரு நிலையை ஏற்படுத்திக்கொள்ளவேண்டும். அது தான் முக்கியம்.

ஒருவரை ரோல் மாடலாகக் கொள்வது அவரைப்போலவே மாறுவது என்பது அல்ல. அவர் கடைப்பிடித்த அதே உத்தி களைக் கடைப்பிடிப்பது என்பதும் அல்ல. அவரைப்போல் வெற்றி பெற்றோமா என்பது மட்டும்தான். அதனால் அந்த வெற்றியை நாம் நம் வகையில்தான் பெற முடியும். அதனால் ரோல் மாடலாகக் கொள்ளப்படுபவரின் சாதனை நம்மைப் பெரிதும் ஆர்வமூட்டும். அது நம்மை உற்சாகப்படுத்தும். அதெல்லாம் நல்ல பயனுள்ள விஷயங்கள்தான். ஆனால் நாம் நம் பாதையில் போவதிலிருந்து நம்மை யாரும் தடுக்க முடியாது. நம்மை சரியான வெற்றிப் பாதையில் செலுத்துவது அந்த ரோல் மாடல் என்பதை உணர்வது முக்கியம்.

உங்களை ஒருவர் ரோல் மாடலாகக் கருதுகிறார் என்றால் நீங்கள் இன்னும் கூடுதல் பொறுப்புடன் இயங்கவேண்டியிருக்கும். நீங்கள் ஒவ்வொரு விஷயத்தையும் உரசிப் பார்த்து மட்டுமே

செய்யக்கூடியவராக மாறவேண்டியதாக இருக்கும். இயல்பான மனப்போக்கை நேரடியானதாக எந்தக் காயத்தையும் ஏற்படுத்தாததாக மாற்றிக் கொள்ளவேண்டும். யாருடைய பிரச்னையையும் நமது பிரச்னையாக நினைத்து அதைத் தீர்க்க எண்ணவேண்டும். இப்படி நாம் நம்மை உறுதியான ஒரு திறன்மிக்க ஆளுமையாக கட்டமைத்துக் கொள்வதன் மூலம் நாம் நம்மை ரோல் மாடலாக நினைப்பவர்களுக்கு பயன்பட முடியும்.

மேலும் நம்மை யார் ரோல் மாடலாகக் கொள்கிறார்கள் என்பதும் முக்கியம். ஏனெனில் வாழ்க்கையில் உண்மையில் முன்னேற நினைப்பவர்களுக்கு நாம் ரோல் மாடலாக இருப்பது உபயோகமாக இருக்கும். அதற்கு எதிரானவர்களும் நம்மை ரோல் மாடலாக கொள்ள நேர்ந்தால் நமது நிலைமை பரிதாபத்துக்குரியதாகிவிடும். நாம் ரோல் மாடலாக நினைப்ப வர்கள் இப்படிப்பட்ட ஒரு வாழ்க்கையைக் கொண்டிருக் கிறார்களா என்று நாம் பார்க்கிறோம். அப்படி இல்லாதவர்களை நாம் ரோல் மாடலாகக்கொண்டு என்ன பயன் இருக்க முடியும். எனவே முதலில் நாம் நமது சிந்தனைகளை கருத்துகளை தேவைகளை எதிர்பார்ப்புகளைப் பற்றிய உரிய தெளிவைக் கொண்டிருக்கிறோமா என்பதைப் புரிந்துகொள்ளவேண்டும். அப்போதுதான் ரோல் மாடலாக நாம் கொள்ள நினைப்பவரின் திறமைகளை திறமையின்மைகளைப் பற்றி புரிந்துகொள்ள முடியும். அப்படிப்பட்ட சிந்தனை நமக்கு இல்லாமல் மற்றொரு வர் நமக்கான வாழ்வை வாழ்வதாகப் பார்ப்பது தவறான ரோல் மாடலாகக் கருதிக் கொள்வதில் போய் முடியும்.

நம்மை யார் ரோல் மாடலாகக் கொள்கிறார் என்பதும் முக்கியம். என்ன நோக்கத்திற்காக ஒருவர் நம்மை ரோல் மாடலாகக் கொள்கிறார் என்பதை அறிந்துகொள்ளவேண்டும்.

சமீபத்தில் 'வீ' என்ற பத்திரிகை எனக்கு விருது கொடுத்தது. அதில் நான் பேசியதையும் பாடியதையும் பார்த்து அங்கு விருது வாங்க வந்திருந்த ஒரு நடிகை என்னை ரோல் மாடலாக ஏற்பதாகச் சொன்னார். இப்படி நம்மைப் பார்த்து சிலர் ரோல் மாடலாகக் கொள்ளவேண்டும் என்று நினைக்கலாம். நம்முடைய வழியை ஒருவர் பின்பற்ற முடியாது என்பது நமக்குத் தெரியும். அதனால் ஒருவர் நம்மை ரோல் மாடலாகக்

கருதினால் அவருடைய சொந்த விருப்பமாக அதைப் பார்க்க வேண்டும்.

உங்கள் தவறுகள் உங்கள் பிரச்னைகள் உங்கள் சிக்கல்கள் எல்லாவற்றுக்கும் நீங்கள் ரோல் மாடலாகக் கருதும் நபர் தீர்வு சொல்ல முடியாது. நீங்கள்தான் அதைத் தீர்க்கவேண்டும். அப்போது ரோல் மாடலாக கருதுபவர் எப்படி இருக்கிறார் என்பதை உங்களால் ஆராயக்கூட முடியாத நிலை இருக்கும். எனவே நீங்கள் உங்களை தீர்க்கமாக ஆராய்வதில் நேரத்தை செலவழித்தால் மற்ற எந்த நபரும் உங்களுக்கு ஒரு ரோல் மாடலாக முடியாது என்பதை உணர முடியும். ரோல் மாடல் என்பது பற்றிய தீர்மானம் ஒன்றைக் கொண்டுவிட்டால் அதன் பிறகு நமக்கு யாரை ரோல் மாடலாகக் கொள்வது என்பது தெரிந்துவிடும்.

ஒருவருடைய வாழ்க்கை நமக்குப் பாடமாக இருக்கலாம். அவருடைய சோதனைகள், சாதனைகள் எல்லாம் நமக்குப் புதிய விஷயங்களைக் கற்றுத் தரலாம். அதைப் பின்பற்றி நாம் நடப்பது என்பது சிரமம். அவர்களின் வாழ்க்கை நமக்குப் பல புதிய அனுபவங்களைத் தரலாம். அதை வைத்து நாம் நம் வாழ்க்கையில் சிக்கல்களைத் தீர்க்கப் பயன்படுத்த முடியுமா என்பதை சிந்திக்கவேண்டும்.

ஒருவர் வெற்றி அடைவதன் மூலம் நமக்கு மகிழ்ச்சி ஏற்பட லாம். நாம் நம் வெற்றியைக் கொண்டாட நம் மகிழ்ச்சியை அனைவருக்கும் உரியதாக்க என்ன வழி என்பதை யோசிக்க வேண்டும். கடுமையான முயற்சி செய்து தோற்றாலும் அதில் நமது பங்கு என்ன என்பதைச் சிந்தித்தால் நமது வெற்றிக்கான வழி தென்படும்.

புகழ் மட்டுமே நம்மை ஈர்க்கும் அம்சமாக இருக்கக்கூடாது. அதை பெறுவது மிகவும் சுலபம். ஆனால் அதன் பின்னால் இருக்கும் உழைப்புதான் முக்கியம். அதைப் புரிந்து செயல் பட்டால் நாம் நமக்கு ரோல் மாடலாக இருக்கவேண்டிய அவசியத்தைப் புரிந்துகொள்ளலாம்.

இது ஏன் என்றால், நீங்கள் உங்கள் ரோல்மாடலாகத் தேர்ந் தெடுக்கப்படும் நபர் செய்வது எல்லாம் சரி என்று அர்த்தம் கிடையாது. உங்கள் அபிமான சாதனையாளர் செய்வதில் எது

சரி எது தவறு என்பதைப் புரிந்துகொள்ளும் பக்குவம் காலப் போக்கில் உங்களுக்கு வந்துவிடும். அந்த நிலை வரும்போது நீங்களே உங்களுக்கு ரோல்மாடலாகிவிடுங்கள். அப்போது நீங்கள் இன்னும் உயரத்துக்குச் செல்வீர்கள்.

> வாழ்க்கையில் ரோல்மாடலைத் தேர்ந்தெடுப்பதில் ஒவ்வொருவரும் மிக மிக எச்சரிக்கையுடன் இருக்கவேண்டும். வாழ்க்கைத்துணையைத் தேர்ந்தெடுப்பதில் நாம் காட்டும் கவனமும், எச்சரிக்கையும், பரீட்சைகளும் ரோல் மாடலுக்கும் அவசியம்.

8

ஞான ஒளி

KNOW THYSELF

சமீபத்தில் டில்லியில் ஒரு CONFERENCE ல் பங்கேற்கச் சென்றிருந்தேன். சுமார் 4000 பேர் பங்கேற்ற அந்தக் கூட்டத்தில் பிரதான பேச்சாளராகப் பங்கேற்று பேசினேன்.

அப்போது நடைபெற்ற கேள்வி-பதில் பகுதியில், ஒருவர்... 'நீங்கள் மிகப் பெரிய சாதனைகளைச் செய்திருக்கிறீர்கள். பலருக்கும் ஒரு தன்னம்பிக்கை தரும் மனிதராக இருக்கிறீர்கள். பல பேர் உங்களை ரோல் மாடலாக ஏற்றுக்கொண்டிருக்கிறார்கள். உங்களிடம் உணர்ச்சிப் பூர்வமாக ஒரு கேள்வி. உங்களுக்கு எதிர்காலத்தில் MEDICAL MIRACLE என்று சொல்லக்கூடிய விதத்தில் ஏதாவது அதிசயத்தினால் VISION வந்தால் யாரை முதலில் பார்க்கவேண்டும் என்று ஆசைப்படுவீர்கள்?' என்று கேட்டார்.

அதற்கு பதிலளித்த நான்... 'உங்கள் கேள்வி எனக்கு மிகவும் பிடித்திருக்கிறது. ஆனால் அதில் அடக்கத்தோடு ஒரு சின்ன திருத்தம். எனக்கு VISION வரவேண்டும் என்கிற அவசியம் இல்லை. அது ஏற்கெனவே இருக்கிறது. SIGHT தான் இல்லை.' என்றேன்.

'ஓ... ஸாரி... ஸாரி... உங்களுக்கு SIGHT வந்தால் யாரை முதலில் பார்க்கவேண்டுமென்று விரும்புவீர்கள்?' என்று திருத்திக் கேட்டார்.

நிறைய பேர் இந்தக் கேள்விக்கு பதிலாக, என் அம்மாவையோ, அப்பாவையோ, சகோதர சகோதரிகளையோ, உற்ற நண்பர்களையோ சொல்வேன் என்று நினைத்தார்கள். ஆனால் நான் அவர்களையெல்லாம் ஏற்கெனவே பார்த்துக்கொண்டு இருப்பதாகத்தான் உணர்கிறேன். பார்வையிருந்தால் தான் பார்க்க முடியும் என்றில்லையே.

நான் சொன்னேன்... 'அப்படி ஒருவேளை எனக்கு ஏதாவது ஒரு நிகழ்வின் மூலம் பார்வை திரும்பக் கிடைத்தால், நான் முதலில் ஒரு முகம் பார்க்கும் கண்ணாடியைத்தான் கேட்பேன்' என்று! அந்தப் பதிலை யாரும் எதிர்பார்க்கவில்லை. கைதட்டல் அடங்க கொஞ்சம் நேரம் பிடித்தது.

இந்த பதிலை கேட்கும் சிலருக்கு நான் ஏதோ தற்பெருமை பிடித்தவன் என்றுகூடத் தோன்றலாம். அப்படி அல்ல... முதலில் நாம் நம்மைத் தெரிந்துகொள்ளவேண்டும். புரிந்து கொள்ளவேண்டும். சுயமுன்னேற்றத்தின் அடிப்படை விதியே 'நீ முதலில் உன்னைத் தெரிந்துகொள்' என்பதுதான்.

முதலில் நம்மை நாம் எப்படிப் பார்க்கிறோம் என்பதைத் தெளிவாக்கினால் மற்றவர்கள் நம்மை பார்க்கும் விதம் மாறும். நம்மை நாம் அடுத்தவர் கண்கொண்டு நோக்கினால் நம்மை பார்ப்பவர்களின் பார்வையும் பிரச்னைக்குரியதாகத்தான் தெரியும். பார்த்தல் என்பது வெறும் பார்ப்பது மட்டும் அல்ல. நாம் எப்படி நம்மை முன்வைக்கிறோம் என்பதும் நாம் எப்படி மற்றவர்களை அணுகுகிறோம் என்பதும்தான்.

நம்முடைய குறைகள் என்ன என்பது நமக்குத் தெரிந்தால் நாம் பிறரின் குறைகளைச் சரி செய்யமுடியும். நாம் நம் குறைகளுடன் வாழப் பழகினால் அடுத்தவர்களின் குறைகளுடன் வாழப் பழக வேண்டும்.

நாம் நம்மை ஊடுருவிப் பார்ப்பதற்கு எந்தச் சிக்கலையும் அடையவில்லை என்றால் நம் வாழ்க்கையில் பிரச்னைகள் இருக்காது. மற்றவர்களால் வந்த பிரச்னைகள் இது என்று தெளிவாகவும் புரியும்.

நமக்கு வந்த பிரச்னைகளை இறைவன் நமக்குக் கொடுத்ததாக நினைத்துக் கொண்டால் நம்மை நாம் பார்க்கவேண்டிய அவசியமே இருக்காது. நம்முடைய பாத்திரம் அதில் என்ன

என்று நினைத்துப் பார்க்கத் தயங்காவிட்டால் அநேகமாக நாம் யாருடைய உதவியையும் பெறவேண்டியது இருக்காது.

பல புகழ் பெற்ற விஞ்ஞானிகளும் தொழிலதிபர்களும் தங்களுடைய தவறுகளிலிருந்துதான் பாடங்கள் கற்று முன் வந்திருக்கிறார்கள். அவர்களின் வாழ்க்கையைப் படித்தால் நமக்கு இது நன்றாகப் புரியும். யாருக்குமே வெற்றி என்பது ஒரு சுலபமான விஷயமல்ல. வெற்றி என்பது நம்மை நாம் புரிந்துகொள்வதிலிருந்துதான் தொடங்குகிறது. பிறகுதான் மற்ற வெற்றிகளைப் பற்றி நாம் சிந்திக்கமுடியும்.

நம்மை அறிவது என்பது நம் தோற்றத்தை அறிவதல்ல. நம்மைப் பற்றிய தோற்றத்தைக்கொண்டு நம்மை நாம் உருவமைத்துக் கொள்வதும் இல்லை. பிரதிபலிப்பு வெறும் ஒரு பிம்பம். அது எந்த விதத்திலும் நம் ஆளுமையை மாற்ற முடியாது. பல உளவியல் அறிஞர்கள் கண்ணாடியைப் பார்க்கும் குழந்தை அதன் ஆளுமையை உருவாக்குவதாகக் கூறியிருக்கிறார்கள். கண்ணாடி நிலை என்ற நிலையில்தான் நம்முடைய அகம் என்பது உருவாகிறது என்றும்கூட சொல்கிறார்கள். நாம் அந்தக் குழந்தைமை நிலையிலிருந்து வெளியே வந்து அந்த அகத்தைக் களைந்துவிட்டு நமக்கான ஓர் ஆளுமையை எந்த நெருக்கடியும் இல்லாமல் சுதந்திரமாக உருவாக்கவேண்டும்.

நம் தேவைகளை அறியவேண்டும். அதை நிறைவு செய்ய உழைக்கவேண்டும். அதில் நாம் நமது கூர்மையை அதிகப் படுத்திக்கொண்டு வந்தால் நமக்கு வரும் நம்மைப் பற்றிய சிந்தனைகளை வடிவமைப்பது எளிதாக இருக்கும். நாம் படும் அவமானங்கள், துயரங்கள், துன்பங்கள் எல்லாம் நம்மை நாம் அறியாமல் செய்துவிடக்கூடும். ஆனால் அதிலிருந்து நாம் நம்மை அறிய முடியும். ஏன் இந்தத் தோல்வி வந்தது? ஏன் இந்தப் பிரச்னை வந்தது? ஏன் இந்தச் சிக்கல் வந்தது? என்று அதை ஆராய்ந்தால் நாம் நடந்துகொண்டவிதம் நம்மை நாம் ஓர் இடத்தில் வைத்துக்கொண்ட முறை எல்லாமே தெரிய வரும்.

நம்மை அறிவது என்பது நம்மை அலசி ஆராய்வது. நம்மிடம் யார் என்ன பேசினார்கள்? அவர்களின் நோக்கம் என்ன? அதன் மூலம் நமக்குக் கிடைக்கும் பாடம் என்ன? நமக்கு அவர்களால் என்ன நேரும்? இப்படி ஒவ்வொரு விஷயத்தைப் பற்றியும்

நமக்கு ஏற்படும் அனுபவங்களைத் தீர ஆய்வதன் மூலம் நம்மை நாம் தெளிவாக்கிக் கொள்ளமுடியும்.

நம் தனிமை நம்மைப் பற்றி அறிய உதவும். நாம் பேசியதைப் பற்றி நாம் சிந்தித்ததைப் பற்றி செயல்பட்டதைப் பற்றி ஆய்வு செய்வதிலிருந்து நாம் ஒரு கருத்தை பெற முடியும். நம் கனவுகள் என்ன? நம் லட்சியங்கள் என்ன? நம் இலக்குகள் என்ன? அதை நோக்கி நாம் பயணிக்கிறோமா தவறிவிட்டோமா? என்பதையும் நாம் அறியலாம். தடைகளை எப்படிக் கடக்கலாம், வேறு பாதைகளை எப்படித் தேர்ந்தெடுக்கலாம் என்பதை நாம் முடிவு செய்யலாம்.

நம்மை நாம் கேட்க வேண்டும். நம்மை நாம் கவனிக்க வேண்டும். நம்மை நாம் உற்றறிய வேண்டும். இதை வெற்றிகரமாகச் செய்தால் நம்மை நாம் அறிந்துகொள்ளலாம்.

> உன்னையறிந்தால் நீ உன்னையறிந்தால்
> உலகத்தில் போராடலாம்... .
> உயர்ந்தாலும் தாழ்ந்தாலும் தலை வணங்காமல் நீ வாழலாம்

என்று கவிஞர் கண்ணதாசன் எழுதியிருக்கும் வரிகள் எத்துணை பொருள் பொதிந்தவை!

அப்புறம் VISION மற்றும் SIGHT இரண்டுக்கும் என்ன வித்தியாசம்? என்று தெரிந்துகொள்ளும் ஆர்வம் உங்களில் பலருக்கு ஏற்பட்டிருக்கும். பலர் டிக்ஷனரியை இந்நேரம் புரட்டியிருப்பீர்கள்.

திருவள்ளுவர் மிக அழகாக இந்த VISION பற்றிக் கூறியிருக்கிறார்...

> அறிவுடையார் ஆவ தறிவார் அறிவிலார்
> அஃதறி கல்லா தவர். - *குறள் 427*

பொருள்: அறிவுடையோர் எதிர்காலத்தில் நிகழப்போவதை முன்னே எண்ணி அறியவல்லார், அறிவில்லாதவர் அதனை அறிய முடியாதவர்.

SIGHT என்பது ஒரு பிரதிபலிப்பு, அவ்வளவே. VISION என்பது அப்படியல்ல, அதையும் தாண்டி ஊடுருவி தொலைநோக்கோடு பார்ப்பது.

பார்த்தல் என்பதற்கும் ஞானம் கொண்டிருத்தல் என்பதற்கும் உள்ள வேறுபாடு என்ன என்பது எல்லோருக்கும் புரிந்திருக்கும். எந்தப் பிரச்னையையும் எதிர்கொள்வதில் அந்தப் பிரச்னைக்கான பின்னணி என்ன அது இனிமேல் வராமல் இருக்க என்ன செய்யலாம் என்று தெளிவது ஞானம். பிரச்னை வந்துவிட்டது என்று இடிந்து போவது பார்த்தல்.

நம்மைச் சுற்றி நடப்பவற்றை பார்த்துக் கொண்டிருக்கிறோம். அதிலிருந்து நமக்குத் தேவையானவற்றை நாம் தேர்ந்தெடுத்துக் கொள்வதும் அதை நமக்குச் சாதகமாக மாற்றிக் கொள்வதற்கும் முனைவது ஞானம்.

நம் ஞானத்தை பெருக்க என்ன செய்வது? இல்லாததை இருப்பதுபோல் கற்பனை செய்து அதை அடைவதாக உந்துதல் கொள்ளச் செய்வதும் ஞானம் தான்.

ஒரு நண்பரின் அனுபவத்தை இங்கு சொல்லலாம் என்று நினைக்கிறேன்.

அந்த நண்பர் ரயில் பிரயாணம் செய்துகொண்டிருந்தபோது ஒருவரை சந்தித்திருக்கிறார். அவர் வீட்டில் புல்வெளியும் மரம், செடி, கொடி என்று தோட்டமும் இருந்திருக்கிறது. அங்கு ஆடு, மாடு போன்றவை பக்கத்து இடங்களிலிருந்து வந்து மேய்ந்து விட்டுப் போய்விடுகின்றன. அதனால் அதை எப்படித் தடுப்பது என்று யோசித்து ஒரு வேலியைப் போட்டிருக்கிறார். அப்போதும் எப்படியும் வேலியைத் தாண்டி வரும் வகையில் அங்கு ஒரு வழி ஏற்பட்டுவிட்டது. இந்தப் புல்வெளியும் செடிகளும் அவை களுக்கு மிகவும் விருப்பமுள்ளதாக இருப்பதால் அதைத் தடுக்க முடியாது என்பதைப் புரிந்துகொண்ட அந்த நபர் ஆடு, மாடுகள் சாப்பிடுவதற்காகவே தனியாக ஒரு புல்வெளியும் செடிகளும் வளர்க்கத் தொடங்கிவிட்டாராம். அந்த இடத்திலிருந்து மற்ற செடிகள் கொடிகள் இருக்கும் இடங்களுக்கு மட்டும் வராமல் இருக்க வேலியைப் போட்டுவிட்டாராம். அதனால் அந்த விலங்குகளும் தங்களுக்குக் கிடைத்ததை மட்டும் உண்டுவிட்டு வேலியைத் தாண்டி வராமல் போய்விடுகின்றனவாம்.

நாம் புறவெளியை மாற்ற முடியாது. நம் அகத்தை மாற்றிக் கொள்ளலாம். நம் ஞானத்தை மாற்றிக் கொள்ளலாம். அதைத்

தான் இந்தச் சம்பவம் கூறுகிறது. ஞானத்துடன் செயல்படுவது தான் நம் செயல்களை வெற்றியடையச் செய்யும் என்பது என் அனுபவம்.

எனவே பார்வை உடையவர்கள் அனைவரும் VISION ம் பெறவேண்டும் என்பதே என் ஆசை!

> மற்றவர்கள் உங்களைப் பற்றி என்ன நினைக்கிறார்கள்... நீங்கள் மற்றவர்களைப் பற்றி என்ன நினைக்கிறீர்கள் என்பதை எல்லாம் சற்று ஒதுக்கிவைத்து விட்டு உங்களைப் பற்றிய உங்கள் சுயமதீப்பீடு என்ன என்பதை முதலில் தெரிந்துகொள்ளுங்கள். அது சரிதானா என்பதை உறுதி செய்துகொள்ளுங்கள். உங்களை நீங்கள் தெரிந்துகொண்டால் தான் இந்த உலகில் தொலைந்து போகாமல் இருக்க முடியும். அதாவது உங்கள் தனித்தன்மையை இழக்காமல் இருக்கமுடியும்!

9

நினைத்தது நிறைவேறும்!

NEVER GIVE UP YOUR RIGHTS

சேமிப்பு என்பது எனது சிறு வயது முதல் ஊறிய ஒன்று. பள்ளிக்கூட நாட்களில் இருந்தே வங்கிக் கணக்கை தொடங்கி அதை முறைப்படிப் பராமரித்து வருகிறேன்.

ஒரு கட்டத்துக்குப் பிறகு வளர்ந்து ஆளாகும் நேரம் எனக்கு செக் புக்கும், ஏ. டி. எம். கார்டும் தேவைப்பட்டது.

அதற்காக வங்கியை அணுகியபோது, 'அப்ளிகேஷன் ஒண்ணு எழுதிக்கொடுங்க. ஒரு நாலஞ்சு நாள்ல கிடைச்சுடும்' என்றார்கள்.

நான் காத்திருந்தேன்... காத்திருந்தேன்... காத்திருந்தேன்... ஒரு பதிலும் வங்கியிடம் இருந்து வரவில்லை. பின்னர் அது தொடர்பாக ஃபாலோ அப் செய்தபோது எனக்குக் கிடைத்த பதில், அதிர்ச்சியூட்டுவதாக இருந்தது.

'சாரி... ஸார்; உங்க அப்ளிகேஷன் ரிஜெக்ட் ஆயிடுச்சு...' என்றார்கள்.

எனக்கு ஒரே அதிர்ச்சி. ஏன்... எதற்கு? செக் பவுன்சிங்கூட இது வரை நான் செய்ததில்லையே... அக்கவுன்ட்டையும் முறைப்படி தான் மெயிண்டெயின் பண்ணிட்டு வர்றோம்...

ஒரே குழப்பமாக இருந்தது.

'ஏன்... என்ன காரணத்துக்காக ரிஜெக்ட் பண்ணீங்க?' என்று கேட்டேன்...

'அது என்னன்னா சார்... நீங்க எப்படி யாரோட உதவியும் இல்லாம யாரையும் சாராம செக் புக்கையோ இல்லே... ஏ. டி. எம். கார்டையோ ஹாண்டில் பண்ணுவீங்க...?' என்று கேட்டார்கள்.

நான் சொன்னேன்... 'சார், நீங்க சொல்றது யார் யாருக்குப் பொருந்துதோ இல்லையோ எனக்கு பொருந்தாது. ஏன்னா... என்னோட ஸ்டேஜ்ல நானே எல்லாத்தையும் மானேஜ் பண்ணிக்கிட்டு மத்தவங்களுக்கும் ஒரு ஆப்பர்சூனிட்டி கொடுத்துக்கிட்டு வாழ்ந்துக்கிட்டுருக்கேன். அப்படியே சப்போஸ் ஏதாவது தவறு நடந்ததுன்னா அதுக்கு நான்தானே பொறுப்பு? நீங்க எதுக்கு கவலைப்படறீங்க? என் டெபிட் கார்டை யூஸ் பண்ணும்போது வர்ற ரிஸ்க்கை நான்தானே சந்திக்கணும்? நீங்க ஏன் கவலைப் படறீங்க? அப்படியே ஏதாவது தப்பு நடந்ததுன்னா பணத்தை நீங்க திருப்பி கொடுத்துடுவீங்களா? இல்லே அந்தப் பொறுப்பை தான் எடுத்துக்குவீங்களா?' என்று திருப்பிக் கேட்டேன்.

அவர்களால் பதில் சொல்ல முடியவில்லை... அவர்களைப் பொறுத்தவரையிலும் தாங்கள் ஏன் பொறுப்பை எடுத்துக் கொள்ளவேண்டும், எதற்காக பதில் சொல்லிக்கொண்டிருக்க வேண்டும் என்கிற எண்ணம் தான் அதற்குக் காரணம்.

நான் உறுதியாகக் கூறிவிட்டேன். 'என்னுடைய டிரான்ஸ்சாக்ஷனுக்கு நான் முழு பொறுப்பை ஏத்துக்குறேன். நீங்க செக் புக்கையும், டெபிட் கார்டையும் கொடுங்க சார்.' என்றேன்.

'எதுக்கும் நீங்க எங்களோட ஹெட் ஆபீஸ் போய் பாருங்க... . அவங்க என்ன சொல்றாங்கன்னு பார்ப்போம்' - மறுபடியும் வங்கியில் ஆரம்பித்த இடத்துக்கே வந்துவிட்டார்கள்.

ஆனால்... நான் உறுதியாக இருந்தேன். எனக்கென்று உரிமை உள்ள ஒன்றை நான் எதற்காக அவுட் ஆப் தி வே முயற்சி செய்து வாங்கவேண்டும். 'முடியவே முடியாது... சார். நீங்க எனக்குக் கொடுத்துதான் ஆகணும்' என்று சொல்லிவிட்டேன்.

அப்போது அந்த வங்கியில் வேலை பார்க்கின்ற ஒரு பெண் - என்னை அவர்களுக்கு நன்றாகத் தெரியும். - அவர்கள் என் உதவிக்கு வந்தார்கள்.

'சார் நீங்க கவலைப்படாதீங்க. உங்க அக்கவுண்ட் ஹிஸ்டரி எனக்குத் தெரியும். உங்களைப் பத்தியும் தெரியும். மத்தவங்களை விட நீங்க ரொம்ப ஜாக்கிரதையா ஹாண்டில் பண்ணுவீங்க' என்று சொன்னதும்தான் எனக்கு கொஞ்சம் ஆறுதலாக இருந்தது.

அப்பாடா... ஒரு பெரிய மலையைத் தாண்டியாகிவிட்டது...

அடுத்து செக் புக்...

வங்கியில் செக் புக்கை எனக்குத் தரமுடியாது என்று சொல்லி விட்டார்கள். அதற்கு அவர்கள் சொன்ன காரணம் என்ன தெரியுமா?

'பார்வையற்ற ஒருவர் எப்படிக் கையெழுத்து போடுவார்?' என்பதுதான்.

பார்வையே இல்லாமல் ஓவியம் வரைபவர்கள்கூட இவ்வுலகில் இருக்கிறார்கள் என்னும்போது நான் கையெழுத்து போடுவது என்பது அத்தனை பெரிய காரியமா? முடியாத விஷயமா அது? இதை அவர்களுக்குச் சொல்லி புரிய வைப்பதற்கு நான் பட்ட பாடு இருக்கிறதே... அதை சொல்லி மாளாது...

'ஒருத்தர் தன்னோட கையெழுத்தைப் போடுறதுக்கு அவரோட கை நல்லா இருந்தா போதும். எனக்கு அது நல்லா இருக்கு. பத்து விரலும் நல்லா இயங்குது. இது போதாதா என்னோட கையெழுத்தைப் போட? அதுக்கும் பார்வை குறைப்பாடுக்கும் என்ன சம்பந்தம்? வீணான காரணம் சொல்லி ஏன் மறுக்கறீங்க? கண்டிப்பா எனக்கு செக் புக் வேணும்' என்று கண்டிப்பாகக் கேட்டேன்.

'கையெழுத்துப் போடுவீங்க சரி... அதைச் சரியா சரியான இடத்துல எப்படிப் போடுவீங்க?' அடுத்து ஒரு கேள்வி கேட்டார்கள்.

'செக்ல எங்கே வேண்ணா கையெழுத்து போடலாமா? கிடையாதில்லே... ஒரு குறிப்பிட்ட இடத்துல அதாவது பாட்டம்

ரைட்லதானே போடணும்? அது எனக்கு நல்லாவே தெரியும்... கரெக்ட்டா அந்த இடத்துல என் கையெழுத்தைப் போடுவேன். உங்களுக்கு வேறென்ன பிரச்னை?' என்று திருப்பிக் கேட்டேன்...

அப்போதும் வங்கியில் சமாதானமாகவில்லை... கடைசியில்... பார்வையே இல்லாமல் படம் வரைகிறவர்கள் முதல் மிக நன்றாக கார் ஓட்டுகிறவர்கள் வரைக்கும் இருக்கிறார்கள் என்று அவர்களுக்கு விளக்கிக் கூறி அவர்களை கன்வின்ஸ் செய்தேன்.

ஒரு பார்வையற்ற சிறப்புத் திறனாளி தன்னோட அடிப்படை உரிமைகளைக்கூட போராடித்தான் பெறவேண்டியிருக்கிறது என்கிற நிலையில்தான் நம் நாடு இருப்பதை நினைத்து எனக்கு என்ன சொல்வது என்று தெரியவில்லை.

கல்வியறிவு நிரம்பப் பெற்ற எனக்கு இப்படி ஒரு அனுபவம் என்றால்... சுமாராகப் படித்த ஆனால் வாழ்க்கையில் முன்னேறத் துடிக்கும்... சாதிக்கத் துடிக்கும் பார்வையற்ற சிறப்புத் திறனாளிகளின் நிலைமையை எண்ணிப் பார்க்கிறேன்.

ஒருவருடைய குறையை வைத்து குறைத்து மதிப்பிடக்கூடாது என்பதுடன், அதன் காரணமாக அவருடைய உரிமைகளை மறுப்பதும் மிகத் தவறானது. முதிர்ச்சியில்லாத மனநிலையே இப்படிப்பட்ட தடைகளுக்குக் காரணமாக இருக்கிறது. குறை யுள்ளவர் எந்தத் திறமையும் இல்லாதிருப்பார் என்ற மறைமுக எண்ணமும் இதற்குக் காரணம். ஒருவர் குறையுடையவர் என்பதாலேயே அவர் பிறரின் உதவியில் மட்டுமே வாழ முடியும் என்ற கண்ணோட்டமும் இதற்கு முக்கியமாக இருக்கிறது.

குறையுடையவர்கள் எப்போதும் குறையுடையவர்கள்போலவே இருக்கவேண்டும் என்பதும் குறையற்றவர்கள்போல நடக்க முற்பட்டால் அதில் அதிருப்தி அடைவதுமான மனப்போக்கு இதற்கு அடிப்படையாக இருக்கிறது. குறையற்ற மனநிலை யுடன் இருக்கிறார்களா என்பதை யாரும் பார்ப்பதில்லை. குறையற்ற மனநிலையுடன் இருப்பதுதான் எல்லாவற்றிலும் முக்கியம்.

மேலும் நம் உரிமைகள் என்ன என்பதைப் பற்றியே பல சமயங் களில் நாம் கவனம் கொள்வதில்லை. எங்காவது யாராவது சொன்னால்தான் நமக்கு அது புரிகிறது. நாம் இப்படிப்பட்ட

நிலையில் இருப்பதுபற்றி அக்கறை கொள்ளாமல் இருப்பது தான் நம் உரிமைகளை மறுப்பவர்களுக்கும் வாய்ப்பாக மாறுகிறது.

சிறிய வயதிலிருந்தே என்னைக் குறைத்து மதிப்பிட்டு உதாசீனப் படுத்துபவர்களை நான் பொருட்படுத்துவதில்லை. ஆனால் எனக்கு நியாயமாகக் கிடைக்கவேண்டியதைத் தடுத்தால் அதைத் தட்டிக்கேட்கவும் தயங்கியதில்லை.

உரிமைகளை மீறுவது என்பது எல்லா இடத்திலும் நடப்பது தான். இது மனித குணங்களில் அடிப்படை அம்சமாகவே இப்போது இருக்கிறது.

நாம் வாங்கும் பொருட்களில் தரமற்றவற்றை எந்த எதிர்ப்பும் இன்றி ஏற்றுக் கொள்வது முதல் நம்மை அவமானப்படுத்தும் வகையில் நடத்துவதை ஏற்பதுவரை நாம் உரிமைகளைப் பற்றி எந்த அக்கறையும் இன்றி இருக்கிறோம்.

நாம் நம் உழைப்பைக் கொடுத்து அதற்கான உரிய விலையைப் பெறுவதில்லை. வலியை மட்டுமே பெறுகிறோம். இதற்கான ஒரு முறைப்படுத்தல் இன்னும் ஏற்படவில்லை. நம் அரசு மற்றும் சமூக அமைப்பு இப்படிப்பட்ட கருத்துகள் மீது உதாசீனம் கொண்டிருக்கிறது. ஊழல் மற்றும் இன்ன பிற சமூக அவலங்கள் பெருகவும் இது போன்ற உதாசீனங்களும் புறக்கணிப்புகளும் ஒரு வகையில் காரணமாக இருக்கின்றன.

அரசு அலுவலகங்களில் நாம் இது போன்ற அனுபவங்களை அதிகம் பெற வேண்டியிருக்கிறது. இதைத் தவிர்க்க நமது அரசு அலுவலர்கள் மேலும் முயற்சி எடுத்தால் நலமாக இருக்கும். அரசு அலுவலகங்கள் மட்டுமல்ல பொதுவாக பல இடங்களில் இது போன்ற அனுபவங்கள் கிடைக்கின்றன. குறையுடையவர் களை அணுகும் முறையே நம் இடத்தில் தவறாக இருக்கிறது. மேலும் அதைப் பற்றிய ஒரு விழிப்புணர்வுகூட இங்கு இல்லை.

மக்களின் இந்த வகையான புரிதலைப் பற்றி எப்படி மாற்றுவது? மேலும் சிறப்புத் திறனாளிகளும் ஒரு வகையில் இதற்குக் காரணமாக இருக்கிறார்கள். குறைகொண்ட அம்சங்களைப் பெரிதுபடுத்திக் காட்டுவதும், அதற்கு சலுகைகளை எதிர்ப் பார்ப்பதும் அவர்களின் பொதுவான அம்சமாக இருக்கிறது. சிலருக்கு உண்மையிலேயே அப்படிப்பட்ட தேவைகள்

இருக்கலாம். எல்லோரையும் ஒரே மாதிரியாக மதிப்பிட முடியாது என்பதும் இதில் முக்கியமாக கவனத்தில் கொள்ள வேண்டும்.

பொதுவாக சமூகத்தின் ஒதுக்குகின்ற, விலக்குகின்ற மனப் போக்கு இல்லாமல் இருந்தால் இது போன்ற அனுபவங்கள் கிடைக்காமல் தப்பிக்கலாம். ஆனால் இப்படி பெரும்பாலும் இருப்பதில்லை. எப்படியும் நம் குறையைச் சுட்டிக்காட்டும் தருணங்களை எதிர்பார்த்துக் காத்திருப்பவர்கள்தான் அதிகம்.

மேலும் உங்களுக்கு சர்வ சாதரணமாகக் கிடைக்கும் சௌகரியங் களை உரிமைகளைப் பெற சிலர் எப்படியெல்லாம் போராட வேண்டியிருக்கிறது என்று நினைத்துப் பாருங்கள்...

உரிமைகளைப் பற்றிய பொதுவான சிந்தனை அதை மறுப்ப வருக்கு இல்லாமல் இருப்பதுதான் மிகப்பெரிய பலவீனமாக நம் சமூகத்தில் இருக்கிறது.

நீங்கள் அனுபவித்து வரும் சௌகரியங்களின் அருமை உணர்ந்து நாட்டுக்கும் வீட்டுக்கும் பயன் தரும் ஒரு வாழ்க்கையை வாழ வேண்டும் என்பதே என் விருப்பம்...!

> உரிமைகளைக் கேட்டு மட்டுமல்ல போராடியும் பெற ஒருவர் தயாராக இருக்கவேண்டும்!

10

தட்டுங்கள் திறக்கப்படும்!

PASSPORT TO SUCCESS

அடுத்து பாஸ்போர்ட் அப்ளை செய்து (போராடி) பெற்ற விவகாரத்தைப் பார்ப்போம்.

கல்லூரியில் இளங்கலை படிக்கும்போதே நான் பாஸ்போர்ட் அப்ளை செய்து விட்டேன். இது சம்பந்தமாக மனு செய்வதற்கு பாஸ்போர்ட் அலுவலகத்துக்கு நண்பர் ஒருவருடன் சென்றிருந்தேன்.

எனது மனுவை ஏற்றுக்கொள்வதில் இருந்தே எனது போராட்டம் துவங்கியது.

மனுவை ஏற்றுக்கொள்ளும் பாஸ்போர்ட் அலுவலக ஊழியர் ஒருவர், 'நீங்க எப்படி பாஸ்போர்ட்டுக்கு அப்ளை செய்யலாம்?' என்றார் எடுத்த எடுப்பிலேயே.

நான் சிறிதும் அலட்டிக்கொள்ளாமல், 'நான் இந்தியன் என்று கருதுவதால்' என்றேன்.

இந்த என் பதிலை அவர் எதிர்பார்க்கவில்லை. 'நாம சீரியஸாகப் பேசுவோமா?' என்றார்.

'சார், நான் சீரியஸாகத்தான் பேசிக்கிட்டுருக்கேன்' என்றேன்.

'உங்களுக்கு பாஸ்போர்ட் கொடுத்து நீங்க எங்காவது வெளி நாட்டுக்குப்போய் அங்கே எங்காவது ஏடாகூடமா வழி தெரியாம மாட்டிகிட்டீங்கன்னா... பிரச்னை உங்களுக்கு மட்டுமில்லே...

நம்ம நாட்டுக்கும்தான். நம்ம நாட்டோட பெருமையே பாதிக்கப்படும்.' - அவர் மேலும் மேலும் பேசிக்கொண்டே போக எனக்கு அதிர்ச்சியாக இருந்தது.

என்ன இது! பார்வையற்ற சிறப்புத் திறனாளி ஒருவர் வெளி நாட்டுக்குப்போய் அங்கே தவித்தால் அது நாட்டுக்கு அவமானமா? என்ன ஒரு பேத்தல் இது... படிக்கும் உங்களுக்கே கோபம் வருகிறது இல்லையா? அப்படியென்றால் எனக்கு எப்படி இருந்திருக்கும்?

ஏதோ எனக்கு நல்லது சொல்வதாக நினைத்துக்கொண்டு அவர் சொன்ன இந்த விஷயத்தைக் கேட்டு எனக்கு மிகுந்த எரிச்சல் வந்தது.

அதைக் காட்டிக்கொள்ளாமல் அவர் பேசப் பேச நான் அதைக் கேட்டு சிரித்துக்கொண்டு நின்றேன்.

அதைக் கண்டு அவர் எரிச்சலானார்.

'சார்... கொஞ்சம் சீரியஸா பேசுவோமே?'

அப்போதெல்லாம் நான் கொஞ்சம் துடுக்குத்தனமாக இருப்பேன். இப்போது அப்படியில்லை. நிறையவே மாறிவிட்டேன்.

'நான் சீரியஸாகத்தான் இருக்கிறேன். அதனால்தான் நீங்கள் சொல்வதைக் கேட்டு என்னால சிரிக்காமல் இருக்க முடியவில்லை.' என்றேன்.

'நோ சார்... உங்களுக்கு பாஸ்போர்ட் தர முடியாது. உங்க அப்ளிகேஷனை ஏத்துக்க முடியாது. நீங்க வேணும்னா ஜாயிண்ட் பாஸ்போர்ட்டுக்கு அப்ளை பண்ணுங்க'

'அதெப்படி சார்... ஜாயிண்ட் பாஸ்போர்ட்ல என்கூட வர்ற நபர் 24 மணிநேரமும் என்கூடவே இருப்பாரா? எனக்கு சுதந்திரமா நடமாட கால்கள் இருக்கு. சுத்தி நடக்குற விஷயங்களை தெரிஞ்சிக்க அறிவு இருக்கு... அசாதாரணமான சூழ்நிலைகள்ல என்னைக் காப்பாத்திக்க எனக்கு பேச்சுத் திறன் இருக்கு. எல்லாத்துக்கும் மேலே படிப்பறிவு இருக்கு... வேறென்ன வேணும் உங்களுக்கு?'

'சார்... . நாட்டோட பாதுகாப்பு மற்றும் கௌரவத்தை வெச்சிப் பார்க்கும்போது... உங்களுக்கு தனிநபர் பாஸ்போர்ட் கொடுக்க முடியாது.' அவர் குரல் மேலும் அதிகரித்தது.

‘என்னவோ பார்வைக் குறைபாடு உள்ள சிறப்புத் திறனாளி களுக்கு பாஸ்போர்ட் வழங்குவது நாட்டின் பெருமைக்கு உகந்தது அல்ல’ என்று நாடாளுமன்றத்தில் ஏதோ தீர்மானம் நிறைவேற்றிவிட்டதுபோலவும் அதை இவர் கண்டிப்பாக கடைப்பிடித்து வருவதுபோலவும் பேசியது கண்டு எனக்கு ஒரு பக்கம் எரிச்சல் மறுபக்கம் அதிர்ச்சி.

‘அதெப்படி எனக்கு பாஸ்போர்ட் கிடைக்காம போகுதுன்னு பார்த்துவிடுகிறேன்’ - அவரிடம் சற்று துணிச்சலாகவே பேசினேன்.

ஒருவருடைய திறமையை குறைத்து மதிப்பிடக்கூடாது. ஒருவ ருடைய ஆளுமையை குறைத்து மதிப்பிடக்கூடாது. இதெல் லாம் புரியாதவர்கள்தான் பல இடங்களிலும் இருக்கிறார்கள்.

உருவுகண்டு எள்ளாதே என்று வள்ளுவர் சொன்னது இதைத் தான். மேலும் நம் சமூகத்தில் ஒருவரிடம் குறை இருந்தால் அவரிடம் எல்லா விஷயத்திலும் குறை இருக்கும் என்று பார்க்கும் ஒரு பார்வை இருக்கிறது. அவர் மற்ற எல்லோரையும்போல் நடந்து கொள்ளமுடியும் என்பதை ஒப்புக் கொள்ள மறுக்கிறார்கள்.

குறை உள்ளவர்களை குறைத்து மதிப்பிடுவதன் மூலம் தங்களின் நிறைகளை உறுதி செய்துகொள்கிறார்கள். அல்லது தங்களின் குறைகளையும் உறுதி செய்துகொள்கிறார்கள். இப்படிப்பட்ட பார்வையை மாற்றவேண்டும் என்பதற்காக இதைக் கூறுகிறேன்.

பல அற்புதமான சாதனைகளை குறை உள்ளவர்கள், சிறப்புத் திறனாளிகள் செய்திருக்கிறார்கள். அவர்கள் எல்லோரும் இப்படிப் பட்ட பார்வையால்தான் பார்க்கப்பட்டிருக்கிறார்கள். ஆனால் இந்தத் தடைகளைத் தாண்ட மிகவும் பாடுபட வேண்டியிருக்கிறது.

பல நாடுகளின் அதிபர்களாக, எழுத்தாளர்களாக, ஓவியர்களாக, போராளிகளாக சிறப்புத் திறனாளிகள் பலர் இருந்திருக்கிறார்கள். அவர்கள் இருக்கலாம். நம் கண் முன் இருக்கும் ஒருவர் அப்படி ஆகிவிட முடியாது என்ற குறுகிய எண்ணம் தான் இப்படிப்பட்ட நடத்தைக்கு காரணமாக அமைகிறது.

பொதுவாக மற்றவர்களிடம் குறை காணவேண்டும் என்ற மனநிலையிலேயே இருப்பவர்கள் இது போன்ற நடத்தையைக் காட்டுகிறார்கள். அவர்கள் மட்டுமே குறை இல்லாதவர்களாக நினைத்துக் கொள்கிறார்கள். அதனால் மற்றவர்களிடம் குறை இருப்பதாகவே கொண்டுவிடுகிறார்கள்.

சிறப்புத் திறனாளிகளின் திறமைகளைக்கூட குறை உள்ளதாகவே பார்க்கும் மனநிலையும் அதனால் உருவாகிவிடுகிறது. அவர்களிடம் இருக்கும் திறமையை அங்கீகரிப்பது ஒரு சிக்கலை ஏற்படுத்திவிடுகிறது.

மேலும் ஒரு முடிவை எடுத்துவிட்டால் அதிலிருந்து மாறக்கூடாது என்ற பிடிவாதம் வேறு காட்டுகிறார்கள். அதை அவர்களின் ஈகோ பிரச்னையாக மாற்றிக்கொண்டுவிடுகிறார்கள். அவர்களின் இந்த மனநிலையை எப்படி எதிர்கொள்வது என்பதுதான் சிக்கலாக இருக்கிறது.

சிறப்புத் திறனாளிகளிடம் உண்மையாகவே திறமை அதிகம் இருப்பதாக தெரிந்துவிட்டால் அதை ஏற்கக்கூடாது என்ற மனநிலையும் இந்த ஈகோ காரணமாகத்தான் வருகிறது.

குறை இல்லாதவர்கள்கூட பாஸ்போர்ட்டை தவறாகப் பயன்படுத்துகிறார்கள். குறை உள்ளவர்கள் பாஸ்போர்ட்டை தவறாகப் பயன்படுத்தியதாகவோ வேறு நாடுகளில் பாதிக்கப்பட்டதாகவோ அதிகமான உதாரணங்கள்கூட இல்லை. அப்படி இருக்கும் பட்சத்தில் எப்படி இந்த மாதிரியான முடிவுகளை எடுக்கிறார்கள் என்று எனக்கு ஆச்சரியமாக இருந்தது.

பாஸ்போர்ட் அலுவலக ஊழியரிடம் வைராக்கியமாக எப்படியும் பாஸ்போர்ட் வாங்கியே தீருவேன் என்று சொல்லிவிட்டேனே தவிர அதற்காக நான் பாஸ்போர்ட் அலுவலகத்துக்கு நடையாக நடக்க வேண்டியிருந்தது. கிட்டத்தட்ட ஏழெட்டுமுறை இதற்காக பாஸ்போர்ட் ஆஃபீஸ் போனேன்.

ஒரு கட்டத்தில் கடுமையாக முயற்சி செய்து... மண்டல பாஸ்போர்ட் அதிகாரியையே (Regional Passport Officer) நேரடியாக சந்திப்பதற்கு அப்பாயிண்ட்மெண்ட்கூட வாங்கிவிட்டேன்.

குறிப்பிட்ட நாளில் அவரைச் சென்று சந்தித்தேன். என்னை அறிமுகப்படுத்திக்கொண்டேன்.

பிறகு சிறிது நேரம் பொதுவான விஷயங்களை ஆங்கிலத்திலேயே பேசினோம். என்னுடைய ஆங்கில உச்சரிப்பும் அதன் துல்லியமும் அவரை மிகவும் இம்ப்ரெஸ் செய்துவிட்டது.

‘உங்கள் லாங்குவேஜ் மற்றும் அதோட உச்சரிப்பு ரொம்ப நல்லா இருக்கு...’ என்று பாராட்டினார்.

கடைசியாக நான் வந்த விஷயத்தைக் கூறினேன்.

'அவ்ளோதானே... ஜஸ்ட் எ மினிட்' என்றவர், யார் எனக்கு பாஸ்போர்ட் கொடுக்க மாட்டேன் என்று சொன்னாரோ அதே ஊழியரை அவர் ரூமுக்கு வரவழைத்து அவரிடம் கூறினார்.

'இவர் பேப்பர்ஸ் டாக்குமெண்ட்ஸ் எல்லாம் கரெக்ட்டா இருக்கா...'

'இருக்கு சார்... ஆனா...'

'நான் கேக்குறதுக்கு மட்டும் பதில் சொல்லுங்க... இவர் பேப்பர்ஸ் எல்லாம் சரியா இருக்கா?'

'இருக்கு...'

'அப்போ அவருக்கு பாஸ்போர்ட் கொடுத்துடுங்க' கட்டளையிட்டார்.

ஊழியர் சென்றதும், 'உங்களுக்கு பாஸ்போர்ட் கிடைச்சிடும்... ஒரு பத்து நிமிஷம் வெயிட் பண்ணுங்க' என்றவர் தொடர்ந்து வேறு விஷயங்களைப் பற்றியெல்லாம் என்னிடம் பேசிக் கொண்டிருந்தார்.

அவர் கூறியது போலவே அடுத்த பத்து நிமிடங்களில் பாஸ்போர்ட் என் கைக்கு வந்துவிட்டது.

'ஆல் தி பெஸ்ட் மிஸ்டர். இளங்கோ' என்று கை குலுக்கினார் அதிகாரி.

நான் அவருக்கு நன்றி சொல்லிவிட்டு நினைத்த காரியத்தை முடித்த மிடுக்குடன் பாஸ்போர்ட் அலுவலகத்தை விட்டு வெளியே வந்தேன்.

> தட்டுங்கள் திறக்கப்படும். திறக்கவில்லையா? தட்டிக்கொண்டே இருங்கள். திறப்பதைத் தவிர வேறு வழியில்லை அவர்களுக்கு!

11

ஆள் கால்; ஆடை முக்கால்

TAKE CARE OF YOUR OUT FIT BECAUSE IT CARRIES 'YOU'

இந்த அத்தியாயத்தில் நாம் பார்க்கப்போவது DRESS CODE பற்றி. 'ஆள் பாதி ஆடை பாதி' என்று சொல்வார்கள். அது தப்பு. ஆடை தான் எல்லாமே என்று நான் சொல்வேன். அந்தளவுக்கு ஒருவர் அணிந்துகொள்ளும் ஆடை அவர்களைப் பற்றிய பிறரின் மதிப்பீட்டுக்கு உதவுகிறது.

ஒரு நிகழ்ச்சியில் நான் பேசப்போகும்போது ஒருவர் என்னிடம், 'DRESS CODE க்கு நாம ஏன் இவ்வளவு முக்கியத்துவம் கொடுக்கணும்? நம்ம கலாச்சாரப்படி நாம் டிரெஸ் பண்றோமா போன்ற கேள்விகள் எல்லாம் இன்றைய உலகில் அவசியம் தானா?' என்று கேட்டார்.

நான் சொன்னேன்: YOUR DRESS MAKES STATEMENT ABOUT YOU. உங்களோட ஆடை உங்களைப் பற்றி, உங்களோட மனப்பாங்கைப் பற்றி பகிரங்க அறிவிப்பு செய்கிறது. எனவே நாம் கண்டிப்பாக நாம் அணிந்துகொள்ளும் ஆடை குறித்து மிகவும் கவனமும் அக்கறையும் எடுத்துக்கணும்.

தவிர ஒரு நிகழ்ச்சியில் கலந்துகொள்ளும்போது நீங்கள் அணிந்துகொள்ளும் ஆடை அந்த நிகழ்ச்சி குறித்த உங்களது புரிதலை ஈடுபாட்டை வெளிப்படுத்துகிறது. எனவே நாம் கலந்துகொள்ளும் நிகழ்ச்சிக்கு ஏற்றார்போல நமது ஆடை இருப்பது அவசியம்.

தவிர எப்போதும் நாம் எங்கே போனாலும் நன்றாக உடை உடுத்திக்கொண்டு செல்வதென்பது நமது தன்னம்பிக்கையைக் கூட்டுகிறது.

அடுத்து பலருக்கும் ஏதாவது முக்கியமான இடத்துக்கு அல்லது நிகழ்ச்சிக்குப் போகவேண்டும் என்றால்தான் நன்றாக டிரஸ் செய்துகொள்ளவேண்டும். மற்றபடி சாதாரண இடத்துக்குப் போகும்போது அது தேவையில்லை என்றொரு நினைப்பு இருக்கிறது. அது தவறு.

எனவே டிரஸ்ஸிங் சென்ஸ் என்பது மற்றவர்கள் நம்மீது கொள்ளும் அபிப்ராயத்துக்கு மட்டும் உதவுவதில்லை... நமது மனநிலை மற்றும் MOOD SWING என்று சொல்லப்படும் மன மாற்றத்துக்கும் உதவுகிறது.

எப்போதாவது நீங்கள் தன்னம்பிக்கை குறைவாக உணர்ந்தீர்கள் என்றால், மனம் சரியில்லாமல் ஏதோ போல் உணர்ந்தால் அப்போதுகூட நன்றாக டிரஸ் செய்துகொள்ளலாம். ப்ரெஷ்ஷாக குளித்துவிட்டு உங்களுக்குப் பிடித்த ஒரு ஃபார்மல் டிரெஸ்ஸை போட்டுக்கொண்டு வீட்டிலேயே இருந்தால்கூட பரவா யில்லை... தோட்டத்தில் வாக்கிங் போகலாம்... பிடித்த பாடல் களைக் கேட்கலாம்... ஒரு ம்யூசிக் ஸ்டோர்போய் உங்களுக்குப் பிடித்த ஆல்பங்களை வாங்கலாம்.... . வீட்டுக்குப் பக்கத்தில் இருக்கும் சூப்பர் மார்கெட்டுக்குப் போகலாம்... இதெல்லாம் செய்யும்போது படிப்படியாக உங்கள் மனநிலை சகஜ நிலைமைக்கு வந்துடும். மிகவும் ஆக்டிவாக உணர்வீர்கள் என்பது நிச்சயம்.

நிறைய பேர் கல்யாணத்தன்று போடுற கோட்-சூட்டை அதற்குப் பிறகு அணிவதே கிடையாது. ஆயிரக்கணக்கான ரூபாய் செலவு செய்து தைத்த அந்த கோட்டும் சூட்டும் தூசி படிந்துபோய் பரிதாபமாக கோட் ஸ்டாண்ட்டில் தொங்கிக்கொண்டு இருக்கும். ஒருவர் கோட்-சூட் அணிந்து செல்லும்படியாக வருஷத்துக்கு ஒரு நாலைந்து நிகழ்ச்சிகள்கூடவா வராமல் போகும்? யோசித்துப் பாருங்கள்... !

உடை மட்டும் இல்லை... நாம் பயன்படுத்தும் பெர்ஃப்யூம், டியோட்ரென்ட் இதெல்லாம்கூட நமக்கு தன்னம்பிக்கை ஏற்படுத்தும் விஷயங்கள்தான்.

டிரெஸ்ஸிங் பற்றிய முக்கியத்துவம் யாருக்குப் புரிகிறதோ இல்லையோ, வேலைக்கான நேர்முகத் தேர்வுக்குச் செல்பவர்கள், இளம் தொழில் முனைவோர்கள், பெரிய இடங்களில் தொடர்பில் இருந்து அவர்களுடன் பழகக்கூடியவர்கள்... (சமூக ரீதியிலான அல்லது வணிக ரீதியிலான) இவர்களுக்குத் தெரியும் உடையலங்காரத்தின் அருமை.

நிறுவனமயமும் வணிகமயமும் ஆகிவிட்ட நமது சூழலில் அதற்கேற்ப நாமும் மாறிவிடுவதுதான் ஆரோக்கியமான மனநிலைக்கு வழிவகுக்கும்.

புதிய ஆடைகள் இல்லையென்றாலும் பரவாயில்லை... நம்மிடம் இருக்கும் ஆடைகளிலேயே நமக்கு பொருத்தமான நம் தோற்றத்தை எடுப்பாகக் காட்டும் ஆடைகளை அணியலாம். அது நமது நம்பிக்கையை நிச்சயமாக அதிகப்படுத்தும். அதில் எந்தச் சந்தேகமும் இல்லை.

இதுபோல் தோற்றத்துக்கு மட்டுமே முக்கியத்துவம் கொடுக்கும் மனநிலை என்பது விமர்சனத்திற்கு உரியதுதான். ஆனால் அதற்காக தோற்றத்தை முற்றிலும் உதாசீனப்படுத்துவதும் விமர்சனத்திற்குரியதுதான்.

ஆடைகள் நன்றாக அணிந்து கொள்ளவேண்டும் என்பது பற்றி சிலருக்குக் கூச்சம் இருக்கிறது. இது ஒரு பழமையான மனநிலை. அப்படிப்பட்ட மனநிலையிலிருந்து வெளியே வரவேண்டும். பகட்டான ஆடைகள் உடுத்துவதுதான் இப்போதைய தேவை என்பது இல்லை. இன்றைய நாகரீகத்தை சரியாகக் கடைப் பிடிக்கவேண்டும் என்ற எதிர்பார்ப்பு இருப்பதற்கு ஈடுகொடுக்க வேண்டும் என்பதைப் புரிந்துகொள்ளவேண்டியிருக்கிறது.

மேலும் ஆடை மூலம்தான் நமது இருப்பை நாம் பதிய வைக்க முடிகிறது. ஆடைகள் விருப்பமின்மையை ஏற்படுத்தினால் நாம் புறக்கணிக்கப்படுகிறோம் என்பதை உணரவேண்டும்.

தேவையான ஆடைகள் இருந்தும் பொருத்தமற்ற இடத்தில் பொருத்தமற்ற ஆடைகளை அணிவது என்பதுதான் இங்கு பிரச்னையை ஏற்படுத்துகிறது.

ஆடைகள் அவற்றின் ஃபாஷன்... இதுபற்றித் தெரிந்து வைத்திருப்பது ஒரு ட்ரெண்ட் பற்றி தெரிந்து வைத்திருக்கிறோம்

என்ற பிம்பத்தை நம் மீது ஏற்படுத்தும். இது நாம் இன்றைய போக்கிற்கு உகந்தவர்களாக இருக்கிறோம் என்ற அபிப் பிராயத்தை ஏற்படுத்துகிறது. அதன் காரணமாக நாம் காலாவதி ஆகிவிடவில்லை என்ற உணர்வை எல்லோருக்கும் ஏற்படுத்து கிறோம்.

சட்டைகளில் குறுக்குக் கோடுகள் போட்ட டிசைன் 1850களில் பிரான்சில் கடற்படை வீரர்களுக்கான சீருடையாகக் கொடுக்கப் பட்டது. அதைப் பார்த்து ஒரு ஆடை வடிவமைப்பாளர் அதை பொதுமக்களுக்கான ஆடை வடிவமைப்பில் பயன்படுத்தினார். அதை ஹாலிவுட்டில் மார்லன் பிராண்டோ முதன்முதலாக அணிந்தார். இப்படித்தான் குறுக்குக் கோடுகள் போட்ட டி-ஷர்ட்கள் அணிவது பிரபலமானது.

எல்லா வகையான ஆடைகளுக்கும் ஒரு வரலாறு இருக்கும். அதேபோல் அணிபவர்களுக்கும் அது ஏன் பிடிக்கிறது என்பதற்கும் ஒரு வரலாறு இருக்கும்.

அதேபோல் ஜீன்ஸ் ஆடைகளும்கூட 1870களில்தான் உபயோகத் திற்கு வந்தன. இன்றுவரை நடைமுறையில் பயன்படுத்தப்படும் ஆடைகளில் முதல் இடத்தை பிடித்திருக்கின்றன. அந்த உடைகள் முதலில் கௌபாய்களுக்கான ஆடைகளாக இருந்தன. இப்போது எல்லோருக்கும் உகந்த ஆடைகளாக மாறிவிட்டன.

இப்படி ஆடைகளின் நவீன மாற்றம் என்பது பல நூற்றாண்டு களாக நடைபெற்றுக் கொண்டிருப்பதை நாம் கவனித்தால் நாம் ஏன் ஒரு குறிப்பிட்ட ஆடைகளை அணிவதில் மட்டுமே விருப்பம் கொள்கிறோம் என்பது புரியும். மேலும் நாம் எந்த வேலைக்கு, எந்த இடத்திற்குப் போகும் போது என்ன ஆடை அணிய வேண்டும் என்பதும் நமக்குத் தெளிவாகும்.

மேலும் ஆடைகள் மட்டும் இல்லாமல் மற்ற விஷயங்களிலும் நாம் கவனம் செலுத்தவேண்டும். ஷூக்கள், வாட்ச் போன்ற வற்றிலும்கூட நாம் கவனமாக இருக்கவேண்டும். அழுக்கான ஷூக்கள் மற்றும் காலுறைகள் அணிவது ஒருவிதமான கவன மின்மையை நாம் கொண்டிருப்பதான அபிப்பிராயத்தை ஏற்படுத்திவிடும்.

பாரம்பரிய ஆடைகளையும் அணியலாம். அதற்கான இடம் எது என்று பார்த்து அணியலாம். மேலும் நமது சிகை அலங்காரமும்

சரியாக இருக்கவேண்டும். முடியை எப்போதும் ஒரு குறிப்பிட்ட வகையிலான ஸ்டைலில் மட்டுமே நாம் வெட்டிக் கொள்கிறோம் என்றால் அதற்கான பொருத்தமான ஆடைகளை அணியவேண்டும்.

என்னுடைய உடைகளை நானே தேர்ந்தெடுத்துதான் அணிகிறேன். பொருத்தமான இடங்களுக்கு பொருத்தமான உடைகளை அணிய என்னால் முடிகிறது. இதைக் குறித்துகூட பலர் ஆச்சரியப்படுவது உண்டு.

எனக்கு மிகவும் தெரிந்த ஒருத்தர்... நல்ல ஷார்ப்பான துடிப்பான ஆள். புதுப் புது நட்புகள், தொடர்புகள் ஏற்படுத்திக்கொள்ள வேண்டும், வாழ்க்கையில் சாதிக்கவேண்டும் என்கிற ஆர்வம் உள்ள நபர். அவர் ஒருநாள் என்னைப் பார்க்க வந்திருந்தார். என்னுடன் பேசிக் கொண்டிருக்கும்போது அவர் ஒரு சம்பவத்தைப் பற்றிக் கூறினார்.

அவருக்கு ஒரு பெரிய மனிதருடன் அறிமுகம் கிடைத்து அவருடன் அலைபேசி நட்பு கொண்டிருந்தாராம். ஒருநாள் அந்தப் பெரிய மனிதர் இவரை சந்திக்க வேண்டும் என்று விரும்பியதால் நேரில் பார்க்கச் சென்றிருக்கிறார். ஆனால் அந்தப் பெரிய மனிதரோ இவரிடம் சரியாகக்கூட பேசவில்லை என்றும் சொல்லப்போனால் சரியாக நடத்தவில்லை என்றும், அவர் அப்படி நடந்து கொண்டதால் தாம் அதிர்ந்துபோனதாகவும் என்னிடம் கூறினார்.

நான் கேட்டேன்... *'நீங்கள் அவரை எப்போது எந்த மாதிரி சூழ் நிலையில் சந்திக்கப் போனீர்கள்? காலையிலா? மாலையிலா?'*

என் கேள்வியின் உள் அர்த்தம் அவருக்குப் புரியவில்லை. அவர் வேறு ஏதோ நினைத்துக்கொண்டு பதில் சொன்னார்.

'அதில்லை சார் பிரச்னை... அவர் நான் போகும்போது ஃப்ரீயா ரிலாக்ஸ்டாதான் இருந்தார். அன்னைக்கு லீவ் நாள் வேற. முந்தைய நாள் நைட்கூட ஓர் அரை மணிநேரம் அவர்கிட்டே ஃபோன்ல பேசினேன். அப்போதுகூட நல்லாதான் பேசினார். நடுவுல என்ன நடந்துச்சுன்னு தெரியலே...' என்று புலம்பினார்.

'நீங்கள் அவரைப் பார்க்கப்போனது காலையிலா சாயந்திரமா?'

'சாயந்திரம்...'

'போறதுக்கு முன்ன வெளியில எங்காவது போயிட்டு அப்புறம் போனீங்களா?'

'ஆமாம்... எனக்கு சிட்டிக்குள்ளே ஒரு ரெண்டு மூணு இடங்களுக்குப் போகவேண்டி இருந்தது... அங்கெல்லாம் போயிட்டு அப்புறமா அவரைப் பார்க்கப் போனேன்.'

எனக்குப் புரிந்துவிட்டது. இவரது அலைந்து திரிந்து களைப் படைந்த தோற்றம் பிளஸ் அன்று இவர் அணிந்திருந்த டிரஸ்ஸூம் தான் வில்லனாகியிருக்கின்றன என்பது.

'எப்படி டிரஸ் பண்ணியிருந்தீங்க அன்னைக்கு?'

'வெரி வெரி சிம்பிள் டிரஸ் தான்.'

'நீங்க அவரைப் பார்க்கச் சென்றபோது, அந்த டிரஸ் எப்படி இருந்தது? காலையில நீங்க எப்படி போட்டீங்களோ அதே போல் இருந்ததா?'

'அதெப்படி இருக்கும்? வெயில்ல நாலு இடத்துக்கு டூ-வீலர்லே அலைஞ்சிருக்கேன். அவரைப் பார்க்கும்போது டிரஸ் எல்லாம் கலைந்து ஒரு மாதிரி தான் இருந்தது...'

'கால்ல ஷூஸ் போட்டிருந்தீங்களா?'

'லீவ் நாள்ல ஷூ போட்டுக்கிட்டு யாராவது சுத்துவாங்களா? நீங்க வேற சார்...' என்றார் அலுத்துக்கொண்டு.

அப்போது நான் விளக்கிக் கூறினேன்.

'உங்களது நண்பர் அதாவது அந்தப் பெரிய மனிதர் உங்களிடம் அலைபேசியில் மட்டுமே தொடர்பு வைத்திருந்திருக்கிறார். உங்கள் தோற்றத்தைப் பற்றிய அபிப்ராயம் அவருக்கு இருந் திருக்கவில்லை. உங்கள் பேச்சை மட்டும் வைத்து உங்களைப் பற்றி ஓர் அனுமானத்துக்கு வந்திருக்கக்கூடும். அதை வைத்து தான் அவர் உங்களிடம் நன்றாகப் பேசியிருக்கிறார். ஆனால் அவரைப் பார்க்க நீங்கள் செல்லும்போது இருந்த விதத்தைப் பற்றி நீங்கள் கூறியதிலிருந்து தெரிகிறது; உங்கள் கசங்கிய ஆடையும், களைப்படைந்த தோற்றமும் உங்களைப் பற்றிய ஒரு

சாதாரண ஒப்பீட்டை அவருக்கு ஏற்படுத்திவிட்டன. போதாக் குறைக்கு நீங்கள் ஷூ வேறு அணியவில்லை. அவரைப் போன்ற பெரிய மனிதர்கள் பெரும்பாலானோர் பார்க்கும் பேசும் நட்பு கொள்ளும் வட்டம் இங்கெல்லாம் நிச்சயம் தோற்றத்துக்கும் அணியும் ஆடைகளுக்கும் முக்கியத்துவம் கொடுக்கும் மனிதர் களாகத்தான் இருப்பார்கள். நீங்கள் அதை கொடுக்கத் தவறியதால் அவர் உங்கள் மீது ஏமாற்றமடைந்திருக்கலாம்.'

'ஆமாம்... சார்... ரொம்ப சாதாரணமான தோற்றத்துடன் அவரை சந்திக்கப் போனது எவ்வளவு பெரிய தப்புன்னு இப்போ புரியுது. இனிமே டிரஸ் பண்றதுல நான் கூடுதல் கவனம் எடுத்துக்குவேன். அதுவும் முதல் முறை யாரையாவது சந்திக்கப் போகும்போது நிச்சயம் கவனமா இருப்பேன்' என்றார்.

இதிலிருந்து நாம் கற்றுக்கொள்ள வேண்டிய பாடம் என்ன வென்றால், பெரிய மனிதர்களை முதல் முறை பிசினஸ் விஷய மாகவோ அல்லது வேறு விஷயமாகவோ பார்க்கப்போகிறீர்கள் என்றால்... கண்டிப்பாக நீங்கள் உங்களது டிரஸ் மேல் மிகவும் கவனம் எடுத்துக்கொண்டே தீரவேண்டும். பெரிய மனிதர்கள், பெரிய ஆட்கள்தான் என்றில்லை... முதல் முறை யாரை நீங்கள் சந்திக்கச் சென்றாலும் நன்றாக டீசண்டாக பளிச்சென்று உடை உடுத்திக்கொண்டு தேவைப்பட்டால் ஷூவும் போட்டுக் கொண்டு செல்லுங்கள். உங்களைப்பற்றி ஏற்படும் அந்த முதல் அபிப்ராயம் சிறப்பாக இருக்கும். அது கடைசி வரையிலும் நிலைக்கும்.

டிரெஸ்ஸைப் பற்றிக் கவலைப்படாது அதற்கு முக்கியத்துவம் கொடுக்காது மிகச் சாதாரணமாக இருந்து சரித்திரத்தில் இடமும் பிடித்து சாதித்த சாதனையாளர்களும் இருக்கத்தான் செய் கிறார்கள். ஆனால் அவர்களெல்லாம் விதிவிலக்குகள். விதி விலக்குகள் எப்போதும் விதிகளாவதில்லை. EXEMPTION NEVER MAKE RULES. எனவே அவர்களை நாம் கவனத்தில் கொள்ளவேண்டியதில்லை. டிரஸ் சென்ஸ் குறித்த அவர்களது கண்ணோட்டமும் கொள்கையும் அவர்களுக்கு வெற்றியைத் தந்தது. ஆனால் மற்றவர்களுக்கும் அது தரும் என்று சொல்ல முடியாது.

சமூகத்தின் மதிப்புகள் மாறும்போது அதை எதிரொலிக்க வேண்டியவர்களாக நாமும் மாறுகிறோம். ஆடை விஷயத்தைப்

பொறுத்தவரை நாம் மிகவும் எச்சரிக்கையாக இருக்க வேண்டியிருக்கிறது.

நான் படிக்கும் காலங்களில் கோட்-சூட் அணிந்துகொள்பவர் களைப் பற்றி கிண்டலும் கமெண்ட்டும் செய்ததுண்டு. ஆனால் இன்றைக்கு நிகழ்சிகளில் கலந்துகொள்ளவும், பேசவும் நான்கு இடங்களுக்குப் போய் வரும்போது அதனுடைய முக்கியத் துவம் புரிகிறது.

> ‘ஆள் பாதி ஆடை பாதி’ என்பது பழமொழி. ஆள் கால்; ஆடை முக்கால் என்பதுதான் புதுமொழி!

12

நட்பெனப்படுவது யாதெனின்...

DON'T WRITE OFF ANYBODY

'**யா**ர் நண்பன் ?' என்பதைப் பற்றியும் நண்பர்களிடம் நமக்கு ஏற்படும் எதிர்பார்ப்புக்கள் மற்றும் அது தரும் ஏமாற்றங்கள் பற்றியும் அதன் மூலம் நாம் கற்றுக்கொள்ளக் கூடியவைகளைப் பற்றியும் இப்போது பார்க்கலாம்.

'நண்பன்', 'நட்பு' என்றதும் நான் ஏதோ வள்ளுவன் கூறிய நட்பைப் பற்றியும் சங்க இலக்கியங்கள், புராண இதிகாசங்கள் கூறிய நட்பைப் பற்றியும் கூறப்போகிறேன் என்று நினைக்க வேண்டாம்.

நான் சொல்லப்போகும் விஷயத்தின் அடிநாதமே வேறு.

யாரையும் நண்பர்களாகவோ பகைவர்களாகவோ கருதிவிட முடியாத படிதான் நமது சூழல் இருக்கிறது. அவர்கள் செய்யும் சில காரியங்களை வைத்து அவர்களின் குணாம்சம் நமக்குத் தெரிய வரும். அதை நாம் அசை போட்டுப் பார்த்துக் கொள்ள லாம். நமது தொழிலுக்கோ அல்லது வேறு விஷயங்களுக்கோ அவர்கள் எந்த அளவுக்கு உதவுவார்கள் அல்லது உதவும்போது எப்படி நடந்துகொள்வார்கள் என்பதைப் புரிந்துகொள்வதற்கு இப்படி அவர்களைப் பற்றி நாம் செய்யும் மதிப்பீடு ஒரு வகையில் துணை நிற்கும்.

எவரையும் அவர்கள் நண்பர்கள் அல்ல என்று கருதியோ அல்லது அவர்கள் நமக்கு உதவவில்லை என்று எண்ணியோ நாம்

உதாசீனப்படுத்தவேகூடாது. நான் என் வாழ்வில் கற்றுக்கொண்ட மிகப் பெரிய பாடம் என்னவெனில் 'யார் வேண்டுமானாலும் எப்போது வேண்டுமானாலும் நமக்கு உதவுவார்கள்' என்பது தான்.

எதிர்பார்க்காமல் நட்பு பாராட்டுவது என்பதைப் பற்றி நாம் பேசவில்லை. அது வேறு. அப்படியே பார்த்தாலும் 'எதிர்பார்ப்பு இல்லாத நட்பு' என்ற ஒன்று இருக்கவே முடியாது. 'எதிர்பார்ப்பு இல்லாத நட்பு' என்பதிலும் ஏதாவது ஒரு எதிர்பார்ப்பு இருக்கவே செய்யும். நாம் பேசுவதை இவர் காது கொடுத்துக் கேட்கவேண்டும் என்று நினைப்பதுகூட ஓர் எதிர்பார்ப்புதான்.

என்னைப் பொருத்தவரை எனது பணியில், தொழிலில் எனக்கு எந்தவிதத்திலும் உதவாதவர்களின் பெயர்களை எனது ஃபோன் புக்கிலிருந்தே தூக்கிவிடலாம் என்றுகூட சில ஆண்டுகளுக்கு முன்பு நினைத்தேன். அதைச் செயல்படுத்தவும் செய்தேன். மேலும் சிலரை நீக்குவது பற்றி பரிசீலித்தேன். ஆனால் அவர்களோ பல ஆண்டுகளுக்கு பிறகு எனக்கு மிகப் பெரிய ஓர் அசைன்மெண்ட் அதாவது எனக்குத் தொழில் ரீதியாக உதவக்கூடிய பணிகளைத் தருகிறார்கள். அவர்களை நான் அவசரப்பட்டு ஒருவேளை நீக்கியிருந்தால் அது எனக்கு எத்தனை பெரிய இழப்பு?

நான் படித்த ஒரு கதைதான் இங்கு நினைவுக்கு வருகிறது. ஒரு சிறுவன் தன் வீட்டில் வந்து படுத்துறங்கும் நாயை எப்போதும் வெறுத்து வந்தான். அது ஒரு தெரு நாய். அதன் தோற்றமும் அவனுக்குப் பிடிக்கவில்லை. அது எல்லா இடத்திலும் சென்று கண்டதையும் உண்டு வருவதைக் கண்டால் அவனுக்கு மிகவும் அருவெறுப்பாக இருந்தது. அதனால் அதை வீட்டில் சேர்க்க அவனுக்கு விருப்பம் இல்லை. அதைத் துரத்துவதிலேயே குறியாக இருந்தான். ஆனால் அந்த நாய்க்கோ அவன்மீது ஒரு தனிப்பாசம். அவனைக் கண்டால் வாலை சுருட்டிக்கொண்டு ஓடி வரும். அவனையே சுற்றிச்சுற்றி வந்து விளையாடும். அவன் பள்ளிவரை உடன் வரும். இப்படி அவன்மீது மிகவும் அன்புடன் இருந்தது. ஒரு நாள் அவன் ஒரு குளக்கரைக்குச் சென்று விளையாடிக் கொண்டிருந்தான். அங்கும் அது அவனைத் தொடர்ந்து வந்து பார்த்துக்கொண்டு அமர்ந்திருந்தது. அவன் வழக்கம்போல் அதை விரட்டி அடித்துக் கொண்டிருந்தான். அது போகாமல் அங்கேயே இருந்தது. அவன் அதை விரட்டுவதற்காக கல்லைத் தேடி போகும்போது கால் இடறி குளத்தில் விழுந்து விட்டான். அவனுக்கு நீச்சல் தெரியாது. எனவே நீரில் தத்தளித்து

மூங்கினான். அப்போது அவன் நீருக்குள் மூழ்குவதைப் பார்த்துக் கொண்டிருந்த நாய், சத்தமாகக் குரைத்துக்கொண்டு ஓடி அருகில் இருந்தவர்களை எப்படியோ அழைத்து வந்துவிட்டது. அவர்களும் இறங்கி சிறுவனைக் காப்பாற்றிவிடுகிறார்கள். சிறுவனுக்கு அந்த நாயின் அன்பும், நட்பும் அப்போதுதான் புரிந்தது. அதிலிருந்து அவன் அந்த நாயை தன் வீட்டில் வைத்து வளர்த்துக்கொண்டான்.

இந்தக் கதையில் வருவதுபோல் மிருகங்களும்கூட நமக்கு உதவுபவையாகத்தான் இருக்கின்றன. நாம் அவைகளிடம் கனிவாக நடந்துகொள்ளும் பட்சத்தில் அவைகள் நமக்கு உதவ என்றுமே ஆயத்தமாக இருக்கின்றன. மனிதர்களிடமும் நாம் நடந்துகொள்ளும் பாங்கை வைத்து அவர்கள் நம்மிடம் தேவைப்படும்போது நமக்கு உதவ முன்வருகிறார்கள்.

சில ஆண்டுகளுக்கு முன்பு ஒரு சிறு நிகழ்ச்சியில் கலந்துகொள்வதற்காகச் சென்றபொழுது மதுரையைச் சேர்ந்த ஒரு மிகப் பெரிய கல்லூரி நிறுவனங்களின் குழுமத் தலைவர் ஒருவரின் அறிமுகம் கிடைத்தது. என்னைப் பற்றியும் நான் செய்து வந்த பணிகள் பற்றியும் ஓரளவு அவர் தெரிந்துகொள்ளும் சந்தர்ப்பம் என் மூலமும் நிகழ்ச்சிக்கு வந்த மற்றவர்கள் என்னைப் பற்றி பேசியதன் மூலமும் அவருக்குக் கிடைத்தது.

இதையடுத்து அவருடைய கல்வி நிறுவனங்களின் தன்னம்பிக்கை நிகழ்ச்சிகள் நடத்த அசைன்மென்ட்டை எதிர்பார்த்துக் காத்திருந்தேன். ஓரளவு அனைத்தும் பேசி முடித்த நிலையில் எனக்கு நிகழ்ச்சிக்கான ஆர்டர் மட்டும் வருவதாகத் தெரியவில்லை. ஏதோ ஓர் இழுவை ஏற்பட்டு அது தடங்கலாகிக்கொண்டே சென்றது. ஆவலுடன் காத்திருந்த எனக்கு ஒரு கட்டத்தில் சலிப்பு ஏற்பட்டுவிட்டது. இவருடைய நட்பே வேண்டாம் என்று நினைத்து ஒதுங்கிவிட்டேன். அவருடைய தொடர்பு எண்களையும் எனது அலைபேசியிலிருந்து நீக்கிவிட்டேன்.

இது நடந்து நான்கைந்து வருடங்கள் கழித்து, சென்ற ஆண்டு... திடீரென்று அவரிடம் இருந்து அழைப்பு வந்தது. ஆனால் எனக்கு யார் என்று தெரியவில்லை. காரணம் அவரது எண்ணைத்தான் எனது அலைபேசியிலிருந்து நீக்கிவிட்டேனே... யார் என்று தெரியாததால் மிகவும் பார்மலாக பேசியதில் அவர் மிகப் பெரும் ஏமாற்றத்துக்கு உள்ளானார். ஏனெனில் எனக்குத்

தெரிந்தவர்களிடம் நான் அலைபேசி உரையாடலைத் தொடங்கும்விதமே தனியாக இருக்கும். அந்த வழக்கமான உற்சாகம் இன்றி மிகவும் சாதாரணமாக, 'YES ILANGO HERE. WHO IS THIS?' என்று நான் உரையாடலைத் தொடங்க, அவருக்கோ மிகப் பெரிய ஏமாற்றம்.

'என்ன சார்... என் நம்பர் உங்ககிட்டே இல்லையா? என்னை மறந்துட்டீங்கபோலிருக்கே?' என்று கேட்டார்.

தொடர்ந்து பேசுகையில் அவர் கூறியது என்னவென்றால் அவர் மிகப் பெரிய கல்லூரி குழுமம் ஒன்றை புதிதாகத் தொடங்கி யிருப்பதாகவும் அங்குள்ள மாணவர்களுக்கு தன்னம்பிக்கை மற்றும் மோடிவேஷன் வகுப்புகள் தேவைப்படுவதாகவும் அதற்கு எனக்கு மிகப் பெரிய அசைன்மெண்ட் ஒன்றைத் தருவதற்கு தற்போது தொடர்புகொண்டிருப்பதாகவும் கூறினார்.

இந்தத் தன்னம்பிக்கை வகுப்புகளுக்காக போர்ட் மீட்டிங்கில் மிகப் பெரிய பிரபலங்கள் பெயர்கள் எல்லாம் பரிசீலிக்கப்பட்ட போது அதில் எனது பெயர் பரிந்துரைக்கப்பட்டிருக்கிறது என்று தெரிந்துகொண்டேன்.

மிக்க மகிழ்ச்சியுடன் அந்த அசைமெண்டை ஒப்புக்கொண்டு வெற்றிகரமாக முடித்துவிட்டு வந்தேன். நான் கேட்ட கட்டணத் தைத் தந்ததோடு மட்டுமல்லாமல் அதற்கு மேலும் சிலவற்றைச் செய்தார்கள். மிகப் பெரிய பரிசு ஒன்றைத் தந்தார்கள். விமானக் கட்டணம் உட்பட அனைத்தையும் தந்தார்கள்.

இந்தச் சம்பவத்திலிருந்து ஒரு விஷயத்தை கற்றுக்கொண்டேன்... உணர்ச்சிகளுக்கு ஒரு போதும் அடிபணியக்கூடாது என்பது தான் அது.

உதாரணத்துக்கு, ஒருவர் நமக்கு ஒரு உதவி செய்யவில்லை என்றால் நமக்கு ஏற்படும் கோபம் மற்றும் ஏமாற்றம்! அது கூடவே கூடாது. தேவையும் இல்லை. யார் வேண்டுமானாலும் எப்போது வேண்டுமானாலும் திரும்ப வருவார்கள். நமக்கு உதவுவார்கள். எனவே ஒரு குளம் போன்றோ குட்டை போன்றோ நாம் தேங்கிவிடக்கூடாது.

எல்லோரிடமும் நட்பாக இருப்பது என்பது ஒரு வகையான நல்லெண்ணத்தை நம்மீது ஏற்படுத்துகிறது என்பது உண்மை. நம்முடைய கருத்துகளை மற்றவர்கள்மீது திணிக்காமல் அவர்கள்

மீதான விமர்சனத்தை கூறாமல் இருக்கவேண்டியிருப்பதும் இதில் முக்கியம். மேலும் நட்பு என்பது இங்கு ஒரு பரிச்சயம் மட்டுமே. இப்படி பரிச்சயத்துடன் தொடர்பில் இருப்பதைத் தான் பலரும் இங்கு விரும்புகிறார்கள். யார் மீதும் எந்த ஆற்றாமையும் கோபமும் கொண்டிருப்பதால் எந்த லாபமும் யாரும் அடையப்போவதில்லை.

அதீத நட்பு பாராட்டுபவர்களிடம் நம்மால் சில சமயங்களில் உதவிகூட கேட்க முடியாது. ஆனால் இப்படி தொடர்பில் இருப்பவர்களிடம் நாம் நம்முடைய தேவைகள் பற்றி வெளிப்படையாகப் பேசமுடியும். அதாவது நாம் நம்மையும் தூரப்படுத்திக் கொள்ளாமல் அவர்களையும் நெருங்கவிடாமல் வைத்திருக்கும் ஓர் வரையறைதான் இங்கு நட்பாகிறது.

நாம் நமக்கு உதவுபவர்கள் பற்றி மட்டுமே யோசித்துக் கொண்டிருக்காமல் நாம் பிறருக்கு உதவும் கணங்களையும் எதிர்பார்த்துக் கொண்டே இருக்கவேண்டும். அப்போதுதான் இந்த இருவழிப் பாதையானது சீராக இயங்கும்.

எனக்கு அலுவலகத்தை சுத்தம் செய்து தருவதற்காக ஒரு நபர் ஒருவர் ஒவ்வொரு வாரமும் வந்து தூய்மைப்படுத்திக் கொடுப்பார். எந்தப் பொருளையும் எடுத்த இடத்திலிருந்து மாற்ற மாட்டார். எங்கே எந்தப் பொருளை எடுத்தாரோ அதை அங்கே சரியாக வைத்துவிடுவார். எனக்கு அதுதான் முக்கியம். என் பொருள்கள் வேறு இடம் மாறிவிட்டால் நான் எடுப்பது சிரமம் ஆகிவிடும். அதை அவர் புரிந்து தனது வேலையைச் செய் வார். வீணாகப் பேசமாட்டார். அந்த வேலை முடித்துவிட்டு அதற்கான பணத்தை வாங்கிக்கொண்டு சென்றுவிடுவார். அதிகம் கேட்கமாட்டார். எந்தக் குறையும் சொல்லமாட்டார். நானும் அவரிடம் எதுவும் அதிகம் பேசியதில்லை.

இந்நிலையில் அவர் ஒரு வாரம் வரவில்லை. எனக்கு அவர் வராமல் போனது ஏமாற்றமாக இருந்தது. அடுத்த வாரம் வருவார் என்று நினைத்துக் கொண்டேன். அடுத்தவாரமும் வர வில்லை. அலுவலகமும் தூய்மைப்படுத்தப்பட வேண்டி யிருந்தது. அவர் ஏன் வரவில்லை என்று விசாரித்த போது அவருக்கு உடல்நலமில்லை என்று தெரிய வந்தது. என் இடத்திற்கு வரும்போது தன் உடல் நலம் பற்றி அவர் ஒரு முறைகூட சொன்னதில்லை. இப்போது அவர் மருத்துவ

மனையில் இருக்கிறார் என்று தெரியவந்து அங்கு சென்று அவரைப் பார்த்தேன். அவருக்கு கண்ணீர் வந்துவிட்டது. அவருக்கு என்னாலான உதவிகள் செய்தேன். அவர் உடல்நலம் தேறி மீண்டும் வழக்கம்போல் அலுவலகம் வந்து தனது பணியைத் தொடர்கிறார்.

உண்மையான நட்பு என்பது இதிலிருந்து முற்றிலும் வேறு பட்டது. கொடுக்கல் வாங்கல்போல் இருக்கும் நட்பு என்பது வேறு. ஒரு தேவை கருதிய நட்பு என்பது வேறு. நமக்கும் பிறருக்கும் அந்தத் தேவையால் ஒரு லாபம் இருக்கும்போது இந்த நட்பு என்பது ஒரு வர்த்தக உறவாக மாறுகிறது. இது போன்ற நட்புகள் நமக்கு பெரும் நன்மை புரிபவையாகவே இருக்கின்றன. வர்த்தக உறவுகள் நமது தொழில் சார்ந்த அனுபவங்களை பெருக்குபவைகளாக இருக்கும். இந்த உறவுகளை நாம் தொடர்வதுதான் இப்போதைய தேவையாக இருக்கிறது.

இந்த உறவுகள் எல்லாமே ஒரு கண்ணாடிப் பொருள்போல் பேணப்படவேண்டியவை. எப்போதுமே உடையக் காத்திருக்கும் தன்மை கொண்டவை. இதனால் ஓர் எச்சரிக்கையுடன் வைத்திருக்க வேண்டியவையாக இவை இருக்கின்றன. நாம் அவர்களை எப்படி நடத்துகிறோம் என்பதைப் பற்றிய கவனத்தை இந்த நட்புகள் எப்போதுமே வைத்திருக்கும். அதனால் இந்த வகையான தொடர்புகளை சமநிலையில் வைத்திருக்கவேண்டியிருக்கும்.

நட்பின் ஆழம் இப்போது எந்தப் பரிமாணத்தில் இருக்கிறது என்பது விவாதத்திற்குரியது. ஏனெனில் எந்த நட்பும் ஒருவகை யான தொழில் ரீதியான உறவாக இருப்பது தவிர்க்க முடியாத தாகிவிட்டது. அதனால் தொழில் முறையான நட்பாக மட்டுமே இருப்பதில்தான் எல்லோருமே திருப்தி அடைகிறார்கள். மற்றபடி ஒரு ஆழமான நட்பாக ஒருவரிடம் இருப்பது பற்றியும் அதைத் தொடர்வது பற்றியும் ஒரு வகையான நெருக்கடியை எல்லோருமே உணர்கிறார்கள்போலத்தான் தெரிகிறது.

தொழில் ரீதியான உறவாக இருக்கும்போது அது தொடர்ந் தாலும், தொடரவில்லை என்றாலும் பெரிய பாதிப்பு இருக்காது. மேலும் தொழில் முறையான உறவுகள் கொண் டிருக்கும் எதிர்பார்ப்பை நிறைவு செய்வது மட்டுமே முக்கிய மாக இருக்கும். உணர்வு ரீதியான எதிர்பார்ப்பை நிறைவு செய்வது மன உளைச்சலை அதிகம் ஏற்படுத்தும். மேலும்

தொழில் ரீதியான உறவிலும் மன உளைச்சல் வரலாம். அது பொருளாதார லாபம் அல்லது நஷ்டம் கருதி வருவதாக மட்டுமே மாறும்.

ஆனால் நமக்கென்று ஒரு தனிப்பட்ட நபர் நட்பாக இருக்கும் போது நம்மைப் பற்றிய விமர்சனங்கள் நம்மைப் பற்றிய குறை களை அறிந்துகொள்வதற்கும் வசதியாக இருக்கும். மேலும் நாம் நம்மை சமூகத்தில் முன்னிறுத்துக் கொள்வதற்கும் நமது இமேஜை வளப்படுத்திக் கொள்வதற்கும் அது பயன்படும் என்பதில் சந்தேகமில்லை.

தொழில்சார்ந்த உறவுகள் மூலம் லாபமும் நஷ்டமும் பெறலாம். ஆனால் அந்த உறவுகளின் அவசியம் என்பது உடனடியாக உணரப்படாமல் இருக்கலாம். எந்த நிலையில் அந்த வகையான உறவுகள் நம்முன் வந்து நிற்கும் என்பதை நாம் எதிர்பார்க்க முடியாது. ஆனால் அப்படிப்பட்ட நபர்களை எப்போதும் நினைவில் வைத்திருப்பதுதான் முக்கியம்.

நாமும் மாறிக்கொண்டேதான் இருக்கிறோம். நமக்குள் பல அனுபவங்கள் வந்து போவதால் எல்லோரையும் ஒரே நிலையில் எப்போதும் பார்ப்பதில்லை. அதனால் அந்த அணுகுமுறை யானது மாறும் என்ற ஓர் எண்ணம் எப்போதும் இருந்தால் போதும். நாம் மற்றவர்களைப் பார்ப்பதும் நமக்குள் மாறும். அதற்கான அவசியம் என்ன என்பது பற்றிய சிந்தனை வளரும்.

மனிதர்களின் ATTITUDE என்பது மாறிக்கொண்டே இருக்கும் ஒன்று. WE CANNOT STEP INTO THE SAME RIVER TWICE என்று ஆங்கிலத்தில் சொல்வார்கள். அதுபோல மனித மனம் ஆறுபோல மாறிக்கொண்டே இருக்கும். அதாவது ஓடிக் கொண்டே இருக்கும்.

> உணர்ச்சிகளுக்கு ஒருபோதும் அடிபணி யாதீர்கள். யார் வேண்டுமானாலும் எப்போது வேண்டுமானாலும் திரும்ப வருவார்கள். நமக்கு உதவுவார்கள்.

13

மணி ஓசை முன்னே...

PLEASANT SURPRISE OR UNEXPECTED SHOCK?

நண்பர்களாக இருந்தாலும் சரி நெருங்கிய உறவினர்களாக இருந்தாலும் சரி... அவர்களைச் சந்திக்க செல்லும் முன் அவர்களிடம் தெரிவித்துவிட்டு அவர்களது அனுமதி பெற்ற பிறகே சந்திக்கச் செல்லவேண்டும் என்பது பலருக்குத் தெரிவதில்லை.

நெல்லை கண்ணன் அவர்கள் என் நெருங்கிய நண்பர்களில் ஒருவர். எவரும் எப்போது வேண்டுமானாலும் சென்று சுலபமாக சந்திக்கக்கூடிய அளவுக்கு எளிமையாக இருப்பவர் அவர்.

ஒருமுறை அவர் தனக்கு நேர்ந்த அனுபவம் பற்றிப் பேசியிருந்ததை நான் ஒரு சிடியில் பார்த்தேன்.

அவர் ஒருநாள் காலை தனது படுக்கையறையில் தூங்கிக் கொண்டிருக்கும்போது அவரை சந்திக்கச் சென்ற சிலர், அவரது படுக்கைக்கே சென்று ‘என்னண்ணே... தூங்கிக்கிட்டு இருக்கீங்களா?’ என்றார்களாம்.

படுக்கையறையில் காலையில் தூங்கிக்கொண்டிருக்காமல் என்ன செய்வார்களாம்? பாவம் இவர் முந்தைய நாள் இரவுதான் நிகழ்ச்சி ஒன்றில் பங்கேற்றுப் பேசிவிட்டு மிகவும் தாமதமாக வீடு வந்து சேர்ந்து நள்ளிரவுக்கு பின்னர்தான் தூங்கவே சென்றாராம். நல்ல உறக்கத்தில் திடீரென எழுப்பினால் அவருக்கு எப்படி இருக்கும்?

நண்பர்கள்மீது உரிமை எடுத்துக்கொள்வது தவறு அல்ல. ஆனால் நாம் எடுத்துக்கொள்ளக்கூடிய உரிமை அவர்களை எரிச்சலடையும்படிச் செய்யக்கூடாது.

பலர் பிறரது நேரத்தைப்பற்றி கவலைப்படுவதில்லை. அதுவும் நெருக்கமானவர்களாக இருந்துவிட்டால் சிலர் அது பற்றி கவலைப்படுவதே இல்லை.

ஒருவரை முதல்முறை பார்க்கச் செல்லும்போது - அது நண்பர்களாக இருந்தாலும் சரி... அல்லது தொழில் நிமித்தம் அலுவல் நிமித்தம் அல்லது மரியாதை நிமித்தம் எவரைச் சந்திப்பதாக இருந்தாலும் முதல்முறை அவர்களை பார்க்கச் செல்லும்போது... அவர்களிடம் பேசி அப்பாயிண்ட்மெண்ட் பெற்றுகொண்டு தான் செல்கிறார்கள்.

தெரிந்தவர்கள் அறிமுகமானவர்கள் என்று வரும்போது இவர் களாகவே ஒரு சில முடிவுக்கு வந்துவிடுகிறார்கள். ஞாயிற்றுக் கிழமை என்றால் அவர்கள் ஃப்ரீயாக இருப்பார்கள். சனிக் கிழமை என்றால் மதியத்துக்கு மேல் ஃப்ரீயாகஇருப்பார்கள்... இப்படி இவர்களாகவே மற்றவர்களின் நேரத்தைப்பற்றி ஒரு முடிவுக்கு வந்துவிடுகிறார்கள்.

நண்பன் என்றால்கூட முன்கூட்டியே தகவல் சொல்லிவிட்டுத் தான் செல்லவேண்டுமா? அப்படி என்றால் நட்பு என்ற ஒன்றிற்கு என்ன அர்த்தம்? என்று சிலர் கருதக்கூடும்.

அப்படி அல்ல. நாம் ஒருவரின் இல்லத்துக்குச் செல்கிறோம் என்றால் அவர் நம்மை வரவேற்று உபசரிப்பதற்குத் தயாராக இருக்கிறாரா குறைந்த பட்சம் மனரீதியிலாவது தயாராக இருக்கிறாரா? என்று நினைத்துப் பார்ப்பது அவசியம். ஆனால் பலர் அதுபற்றிக் கவலைப்படுவதாகத் தெரியவில்லை. இங்கும் மனம், உணர்வுகள் முதலியவற்றைப் பற்றி எவரும் பெரிதாகக் கருதுவதேயில்லை.

நாம் ஒருவரை சந்திக்கச் செல்கிறோம் என்றால் அவருக்குப் பலவித சூழ்நிலைகள் இருக்கக்கூடும். நீங்கள் சென்றால் உங்களுக்கு சாப்பிட டீ / காபி / நொறுக்குத் தீனி என்று ஏதாவது கொடுக்கவேண்டும். அவை வீட்டில் இருக்கவேண்டும். இது ஒரு பக்கம். மற்றொரு பக்கம் அவரது சூழலில் ஏதாவது

அசௌகரியம் இருக்கும். அதை மறைக்க அவர் விரும்பக்கூடும். அல்லது ஏதேனும் முக்கிய பணியில் ஈடுபட்டிருக்கக் கூடும்.

இது எதைப் பற்றியும் நாம் எண்ணாமல் திடுதிப்பென்று போய் நின்றால் அவருக்கு மிகப் பெரும் சங்கடமாக அது அமையக் கூடும்.

எனவே நண்பனாக இருந்தாலும் சரி... நெருங்கிய நாம் உரிமை எடுத்துக்கொள்ளக்கூடிய உறவினர்களாக இருந்தாலும் சரி... அவர்களைச் சந்திக்க செல்லும் முன், அவர்களிடம் அவர்களைப் பார்க்க வருவதைச் சொல்லிவிட்டே செல்லவேண்டும்.

இந்தப் பாங்கு உறவுகளை மேலும் மேலும் வளர்க்கக் கூடியது.

மற்றவர்களுடைய நேரத்தை நாம் மதிக்கவேண்டும். அதே போல் நமது நேரத்தை மதிக்க மற்றவர்களுக்கும் தெரியப்படுத்த வேண்டும். இதைக் கடைபிடிக்காவிட்டால் எல்லோருக்கும் சிரமம் ஏற்படும்.

நண்பர் என்பதாலேயே ஒருவர் மீது உரிமை எடுத்துக்கொள்வது என்பது அவருடைய தனிப்பட்ட வாழ்க்கையில் தலையிடு வதற்குச் சமமாக ஆகிவிடும் என்பதை பலர் உணர்வதில்லை. மேலும் அதை எடுத்துச் சொன்னால் அவமானம் அடைந்தது போல் நினைக்கிறார்கள். உறவுகளில்கூட நெருங்கிய உறவாக இருந்தால்கூட அவருக்கு என்று தனிப்பட்ட ஒரு சிந்தனை, எண்ணம், கருத்து, எல்லாம் இருக்கும் என்பதை மதிக்க வேண்டும். யாராக இருந்தாலும் மன ரீதியாக பொருத்தமான அவகாசம் கொடுக்கவேண்டும். ஒருவர் எவ்வளவு நெருக்கமான வராக இருந்தாலும் அவர்மீது உரிமை எடுப்பது அவருக்குத் தொல்லை கொடுப்பதாகவே மாறும்.

என் நண்பருக்கு நேர்ந்த ஒரு அனுபவத்தைப் பாருங்கள். அவருடைய நெருங்கிய உறவினர் ஒருவரது பிறந்த நாளுக்காக இவர் தனது வீட்டில் விருந்து எல்லாம் ஏற்பாடு செய்து கேக் வாங்கி வைத்துக் காத்திருந்திருக்கிறார். அந்த உறவினரிடம் சொல்லாமலேயே இத்தனை ஏற்பாடுகளையும் செய்து விட்டார். அந்த உறவினரும் வந்திருக்கிறார். இவரும் கேக் வெட்டச் சொல்லியிருக்கிறார். அவருக்கு அன்று ஏன் கேக் வெட்ட வேண்டும் என்பது புரியாமல் விழித்திருக்கிறார். அன்று அவருடைய பிறந்தநாள் என்பதையே அவர் மறந்துவிட்டார்

என்று நினைத்து இவர் நினைவூட்டியிருக்கிறார். உறவினரோ திகைத்துப் போய், அடுத்த நாள்தான் தனது பிறந்தநாள் என்பதை சொல்ல நண்பருக்கு பேரதிர்ச்சி. மேலும் அவருடைய நெருங்கிய உறவினருக்கு, நண்பர் தனது பிறந்தநாளைக்கூட சரியாக நினைவில் வைத்திருக்கவில்லை என்று ஏமாற்றம். மேலும் இத்தனை ஏற்பாடுகளும் பொருளற்றுப் போய்விட்டதே என்ற ஆதங்கம் வேறு. உரிமை எடுத்துக்கொள்கிறோம் என்ற பெயரில் பலர் இப்படித்தான் அதிகபிரசங்கித்தனமாகச் செயல் படுகிறார்கள்.

ஒருவரைப் பார்க்கச் செல்லும் முன் அல்லது ஒருவருக்காக ஒரு செயலை செய்யும் முன் அந்த குறிப்பிட்ட நபரிடம் சொல்வது என்பது ஒரு பண்பு. அதை சரியாகக் கடைப்பிடிக்காவிட்டால் அதைச் செய்தவரும் யாருக்காக செய்தாரோ அவரும் பிரச்னையை சந்திக்கவேண்டியிருக்கிறது. எனவே இதை நாம் தெளிவாகப் புரிந்துகொள்ளவேண்டும்.

சிலர் எந்த நேரத்திலும் ஒருவருடைய நிலைமைப் புரியாமல் தொல்லைக் கொடுப்பார்கள். அது தொல்லை என்று சுட்டிக் காட்டினால் மனவேதனை கொள்வார்கள். எல்லோரும் அவரவர் உலகில் தனித்து வாழ்பவர்களாக மாறிவிட்டோம். அதை இப்போது நாம் உணரவேண்டிய கட்டம் வந்திருக்கிறது. அலை பேசி வந்த பிறகு ஒருவர் எங்கிருக்கிறார் எந்த நிலைமையில் இருக்கிறார் என்பதை சுலபமாகத் தெரிந்துகொள்ளும் சூழலில் இருக்கிறோம். அப்படிப்பட்ட நிலையில் ஒருவரிடம் சொல்லாமல் அவர் இடத்துக்குச் செல்வது அவருடைய தனிப் பட்ட வாழ்வில் தலையிடுவதுபோல்தான் ஆகும்.

வெளிநாடுகளில் கணவன்-மனைவி மற்றும் பெற்றோர்-குழந்தைகள் இடையேகூட ஒரு விஷயத்தைப் பேசவேண்டும் அல்லது எங்காவது போகவேண்டும் என்றால் முன் கூட்டியே தகவல் சொல்லிக் கொள்கிறார்கள். நம் நாட்டில் நண்பர்கள் மட்டும் தெரிந்தவர்களிடையேகூட இந்தப் பழக்கம் வருவ தில்லை.

ஒருவரைப் பார்க்கச் செல்லும் முன் நாம் அவருக்கு தகவல் தெரிவிப்பதன் மூலம் நமக்கு சுயமரியாதை கிடைக்கிறது. நம்முடைய முக்கியத்துவமும் உணரப்படுகிறது. இதை சரியாகப் புரிந்துகொள்ளவேண்டும். முன் கூட்டியே தகவல் சொல்லாமல்

போவதன் மூலம் பார்க்கப் போனவரையும் உதாசீனப்படுத்து கிறோம். நம்மையும் தாழ்த்திக் கொள்கிறோம்.

நேரத்தை சரியாகப் பயன்படுத்தும் பயிற்சிகளில் இதுவும் ஒன்று. ஒருவருடைய நேரத்தை வீணாகச் செலவழிப்பது மிகப்பெரிய தவறு. அதை யாரும் செய்யக்கூடாது. மற்றவர்களுடைய நேரத் தையும் நாம் மதிக்கவேண்டும் என்ற உணர்வு இருக்கவேண்டும். நம்முடைய நெருங்கிய நண்பராக இருந்தாலும் அவருடைய நேரம் நமக்கானதல்ல என்பதை புரிந்துகொள்ளவேண்டும்.

முன்பே சொல்லிவிட்டு ஒருவரைப் பார்க்கச் செல்லும்போது நமக்குத் தரப்படும் வரவேற்பே வித்தியாசமாக இருக்கும். மேலும் அவர் நம்மை எந்த நேரத்தில் வரலாம் என்றும் கூறுவார். இப்படி அவருக்கு வசதிப்பட்ட நேரத்தில் போவதுதான் நாகரீக மான செயலாக இருக்கும்.

உறவுகளையோ நண்பர்களையோ அவர்கள் எதிர்பாராமல் ஒரு சந்தர்ப்பத்தில் சென்று சந்தித்து Pleasant surprise கொடுப்பது என்பது எல்லா நேரமும் கைகொடுக்காது. பல சந்தர்ப்பங்களில் நம் கணக்கு நமக்கு எதிராகவே திரும்பி திருதிருவென விழிக்கும் சந்தர்ப்பங்கள் உண்டு. பல சந்தர்ப்பங்களில் PLEASANT SURPRISE என்பது UNEXPECTED SHOCK ஆக மாறிவிடும்.

என் நண்பர் ஒருவர் வாழ்வில் பத்து பதினைந்து ஆண்டுகளுக்கு முன்னர் நடந்த உண்மை சம்பவம் இது. அயல்நாடு சென்று பணிபுரியும் நண்பர் ஒருவர் தாயகம் சென்று திரும்பி வர அலுவலகத்தில் விடுப்பு கேட்டு விண்ணப்பித்திருந்தார். 15 நாட்கள் விடுப்பு கிடைத்தது. மனைவி குழந்தைகளுக்கு இன்ப அதிர்ச்சியாக இருக்கும் என்று கருதி இது பற்றி அவர்களுக்குத் தகவல் ஏதும் தெரிவிக்காமல், விமானம் பிடித்து இங்கே வீட்டிற்கு வந்துவிட்டார். இவர் வருவது இவரது மனைவிக்குத் தெரியாது. சனி, ஞாயிறு என்பதால் அவர்கள் குடியிருப்பு பகுதி சார்பில் ஏற்பாடு செய்யப்பட்டிருந்த டூர் ஒன்றிற்கு வீட்டைப் பூட்டிவிட்டு தனது குழந்தைகளுடன் சென்றுவிட்டார் அந்தப் பெண். இப்போதிருப்பதுபோல அப்போதெல்லாம் அலைபேசி உபயோகத்தில் இல்லை. எனவே அவரைத் தொடர்புகொள்ள முடியவில்லை.

வீடு பூட்டப்பட்ட நிலையில் இரு நாட்கள் இவர் என்ன செய்வார்? உறவினர் வீடுகளில் சென்று தங்க இவருக்கு

விருப்பம் இல்லை. ஏனெனில், மனைவி குழந்தைகளுக்கு இவர் ஆசையோடு வாங்கி வந்த பரிசுப் பொருட்கள் பல கையில் இருக்கிறது.

என்னிடம் விஷயத்தைச் சொன்னபோது நான் உடனே என் வீட்டிற்கு வரச் சொல்லி என்னுடன் தங்க வைத்தேன். 10 நாட்கள் விடுமுறையில் 2 நாட்கள் வீணாகிவிட்டது அல்லவா?

இப்போது அலைபேசி வந்துவிட்டாலும் தகவல் சொல்லிவிட்டு எங்கும் செல்வதே பாதுக்காப்பானது. நமது நேரத்துக்கும் சரி... பிறரது நேரத்துக்கும் சரி.

மனித உறவுகளை இனிமையாக பேணிக் காப்பதற்கு மேற்கூறிய சிறு சிறு வழிமுறைகள் மிகவும் உதவும்.

> யாராக இருந்தாலும் முன்கூட்டியே தகவல் தெரிவித்துவிட்டு பின்னரே அவர்களை சந்திக்கச் செல்லவும். பிறருடைய நேரத்தையும் சூழ்நிலையையும் நாம் தீர்மானிக்கவேண்டாம்.

14

பேசிப் பேசியே...

HOW TO CAPTIVATE THROUGH TELEPHONE CONVERSATION?

சமீபத்தில் ஒரு நாள் திடீரென்று ஒரு தொலைபேசி அழைப்பு. ஒரு விவிஐபி. அமெரிக்காவிலிருந்து பேசினார்.

நானும், 'பல நாள் கழித்து பேசுகிறீர்களே' என்றேன்.

அவர் 'ஆம்' என்றார்.

நான், 'எப்படி போய்க் கொண்டிருக்கிறது' என்றேன்.

அவர், 'அமெரிக்கா வந்து சில பிரச்னைகள்... அதுதான் பேசினேன். எப்படி இருக்கிறீர்கள்?' என்றார்.

நான், 'On top of the world, as usual' என்றேன்.

அவரும், 'சரி அதைக் கேட்கத்தான் கூப்பிட்டேன். இப்போது வைக்கிறேன். மீண்டும் நாளை பேசுகிறேன்' என்றார்.

நான், 'ஏன்' என்றேன்.

அவர், 'நான் உற்சாகம் குன்றி இருந்தேன். நீங்கள் வழக்கமாகச் சொல்லும் 'on top of the world' என்று சொன்ன பிறகு நானும் மெதுவாக top of the worldக்கு வருகிறேன்' என்றார்.

இப்படி என்னுடன் தொலைபேசியில் பேசியவுடன் உற்சாகம் அடையலாம் என்பதற்காகவே சிலர் பேசுகிறார்கள். என்னுடைய

மிகப் பெரிய பலம் எனது தொலைபேசி / அலைபேசி உரையாடல்தான் என்று நான் கருதுகிறேன். என்னிடம் பேசும் ஒரு பிரபலம் என்னிடம் அடிக்கடி, 'சார்... . நீங்க ஒரு வாலி மாதிரி!' என்று சொல்வார்.

எந்த வாலி? ஏன் அவரை உதாரணம் காட்டவேண்டும்? ராமாயணத்தில் வாலி கதாபாத்திரம் பற்றி கேள்விப்பட்டிருப்பீர்கள்.

வாலியுடன் மோதும் அவனது எதிரிகளின் பாதிபலம் வாலிக்குச் சென்றுவிடும். ஏற்கெனவே பலசாலியான வாலி, எதிரியின் பாதி பலமும் சேர்ந்த பிறகு வெற்றிபெறுவதில் என்ன தடை இருக்க முடியும்?

'அதுபோலத் தான் சார்... நீங்களும். எங்களோட பலத்தை பாதி எடுத்துகிட்டு நீங்க பேசுறீங்க' என்று அவர் என்னிடம் கூறுவதுண்டு.

தொலைபேசியில் / அலைபேசியில் பேசுவதற்கென்று சில முறைகள் இருக்கின்றன.

அதாவது VOICE CONTROL எனப்படும் குரல் கட்டுப்பாடு, எப்போது பேசவேண்டும், உரையாடலை இனிமையாகக் கொண்டு செல்வது, எதிர்தரப்பில் உள்ளவர்களைப் பேச அனுமதிப்பது, அவர்கள் பேசுவதைக் கவனிப்பது என்று பல விஷயங்கள் இருக்கின்றன. இவையெல்லாம் தெரிந்துகொண்ட ஒருவரே தொலைபேசி உரையாடலில் தங்கள் ஆளுமையைச் செலுத்தி அனைவரையும் வசீகரிக்க முடியும்.

உரையாடல் என்று வரும்போது நான் முதலில் ஒரு நல்ல LISTENER. அதன் பிறகுதான் THINKER.

பல நிறுவனங்களின் சி. இ. ஓ. க்கள் கலந்துகொண்ட ஒரு மிகப் பெரிய கூட்டம் ஒன்றில் உரையாற்றுவதற்குச் சென்றிருந்தேன். அப்போது என்னிடம் ஒரு கேள்வி கேட்கப்பட்டது?

'உலகிலேயே மிகச் சிறந்த பேச்சாளர் யார்? அதாவது WHO IS THE BEST SPEAKER IN THE WORLD?'

இதற்கு பதிலாக நான் ஏதாவது பெயரை உதாரணமாகக் குறிப்பிடுவேன் என்று பலரும் நினைத்திருந்த வேளையில், நான் சொன்னது என்ன தெரியுமா?

'யார் பிறர் பேசுவதை நன்கு கவனிக்கிறார்களோ அவரே சிறந்த பேச்சாளர்' என்றேன்.

பேசிக்கொண்டே இருப்பது உரையாடல் அல்ல. அதற்கு பெயர் MONOLOGUE. பேச்சு அதாவது உரையாடல் என்பது பல அம்சங்களை உள்ளடக்கியது.

பேசும்போது சிலர் எதிர்த் தரப்பினரை பேச அனுமதிப்பதே இல்லை. ஒரு நல்ல உரையாளர் என்பவர் பிறரைப் பேச அனுமதிக்கவேண்டும்.

ஆங்கிலத்தில் நகைச்சுவையாகக் குறிப்பிடுவதுண்டு... 'THE BEST TEACHER IS THE ONE WHO TALKS LEAST IN THE CLASS ROOM'.

அதேபோல மற்றவர்கள் பேசுவதைக்கேட்டு அவர்களது கருத்துக்களை உள்வாங்கி யார் பேசுகிறார்களோ அவர்களே சிறந்த பேச்சாளராக இருக்க முடியும்.

மேலும் தொலைபேசியில் பேசும்போது மற்றொரு ஒரு முக்கிய மான விஷயம் என்னவென்றால் குறிப்பால் அறிந்துகொள்வது. ஒருவர் தொலைபேசியில் நம்மை அழைத்திருக்கிறார் என்றால் அதற்கு என்ன காரணமாக இருக்கும் என்பதை ஒரு வகையான குறிப்பால் அறிந்துகொள்வது. மேலும் அது சம்பந்தமாக அவரைப் பேசவைத்து அதுபற்றி நமது கருத்தை உருவாக்கிக் கொள்வது. அதன் பின் நமது கருத்துகளைக் கூறுவது. இதுதான் முக்கியமாக அலைபேசியில் பேசும்போது நமக்கு பிறருடன் ஒருவிதமான இணக்கத்தை ஏற்படுத்தக்கூடிய, நம்பிக்கையை ஏற்படுத்தக்கூடிய வகை மாதிரியாக அமைகிறது.

குறிப்பால் உணர்தல் என்றால் ஒருவர் ஒரு விஷயத்தைப் பேசுகிறார் என்றால் அவர் அந்த விஷயத்தில் சொன்னதைத் தவிர சொல்லாமல்விட்ட அல்லது தவிர்த்தவற்றையும் சேர்த்துப் புரிந்துகொள்ளுதல். அப்போதுதான் நம்மால் முழுமையான ஈடுபாட்டுடன் அந்த விஷயத்தைப் பற்றிப் பேசமுடியும்.

அதற்கு முக்கியமாக நாம் கவனமாகக் கேட்கவேண்டும். பேச வந்தவர் அங்கொன்றும் இங்கொன்றுமாக சில தகவல்களைக் கூறியிருப்பார். அதை ஒன்றிணைத்துப் புரிந்துகொள்ள வேண்டும். அப்புறம் பேசினால் பலவற்றை ஒருங்கிணைத்து

நம்மால் அவருடைய பேச்சுக்கு ஈடுகொடுக்க முடிகிறது என்று தோன்றும்.

மேலும் நம் உள்ளுணர்வையும் பெரிதும் நம்பிப் பேசவேண்டும். பேச வந்தவருக்கு இருக்கும் பிரச்னை அல்லது தொல்லைபற்றி நம்மால் உணர முடிந்த அளவுக்கு அதை சரியாக வெளிப்படுத்த வேண்டும். நாம் குறிப்பால் உணர்ந்தவற்றை நமக்குள்ளேயே அசை போட்டு அவருக்குத் தேவையானதை சரியான சொற்களில் வெளிப்படுத்தவேண்டும். இது ஒருவகையான திறமை. அதைத் தொடர்ந்து தொலைபேசியில் பேசினால் கற்றுக்கொள்ளலாம். மேலும் அப்படிப் பேசும்போது நம்மை நாம் கவனித்துக் கொண்டே இருந்தால் இந்தக் கலைகளைக் கற்றுக் கொள்ளலாம்.

ஒருவர் படபடப்புடன் தொலைபேசியில் பேசுகிறார் என்றால் அவருக்கு என்ன பிரச்னை அதை எப்படித் தீர்ப்பது என்பதை நாம் கவனம் கொண்டு பேசினால் உடனே அவருடைய படபடப்பு அடங்கி இயல்பு நிலைக்குத் திரும்பிவிடுவார். நாமும் படபடப்புடன் எதிர்வினை ஆற்றினால் அவருக்கு நம்மிடம் பேசுவதை நிறுத்திக்கொள்ளலாம் என்று தோன்றும்.

நாம் மிகவும் நிதானமாக மென்மையாக ஆனால் அக்கறையுடன் பேசும் பேச்சை எப்போதும் தொடரவேண்டும். அதுதான் தொலைபேசி உரையாடலில் வசீகரிக்க சிறந்த வழி.

இப்படிப் பேசுவதால்தான் என் பேச்சை தொலைபேசியில் பேசி முடித்த பிறகுகூட எப்போதும் நினைவில் இருப்பதாகவும் அதை எண்ணியெண்ணிப் பார்ப்பது பெரும் மகிழ்ச்சியைத் தருவ தாகவும் சிலர் என்னிடம் கூறுகிறார்கள்.

சிலர் யாரிடம் என்ன பேசுவது என்றே தெரியாமல் பேசு வார்கள். மேலும் தேவையற்றவற்றை புள்ளிவிவரங்களாக அடுக்குவார்கள். தனக்கும் நாட்டு நடப்பு, அரசியல் போன்றவைத் தெரியும் என்பதை நிரூபித்துக் கொள்வதுபோல் பேசுவார்கள். இதெல்லாம் எதிராளிக்கு அவஸ்தை தரும் என்பதை சிலர் புரிந்துகொள்வதில்லை.

நாம் நம் அறிவைக் காட்டும் இடமாக தொலைபேசி உரை யாடலைக் கருதக்கூடாது. எதிராளிக்கு நம்முடைய அறிவின்மேல் இருக்கும் நம்பிக்கை காரணமாக ஏதாவது ஒரு ஆலோசனைக்

கேட்டால் மட்டுமே அப்படிப்பட்ட ஒரு பேச்சை நாம் பேசலாம். மேலும் ஒருவருக்கு அறிவுரைத் தர வாய்ப்பு வந்துவிட்டதாக தொலைபேசி உரையாடலை நினைக்கக்கூடாது.

இவர் நம் பேச்சைக் கேட்பார் என்ற நம்பிக்கையைத் தருபவர்களிடம் பேசுவதில் பலர் பெரும் ஆர்வம் கொண்டிருக்கிறார்கள். மேலும் அவர்களுடைய பிரச்னைக்கு அதுவே பெரிய ஆறுதலாக எண்ணிக் கொள்கிறார்கள். ஒரு சிக்கலான விஷயத்தை பேசும்போது உன்னிப்பாக ஒருவர் கேட்கிறார் என்ற எண்ணமே அவர் அதற்கு தீர்வு கொடுப்பார் என்ற சிந்தனையைத் தருகிறது. இதுதான் தொலைபேசியில் பேசும்போது முக்கியமாகக் கவனிக்கப்படுகிறது.

பொதுவாக தொலைபேசியில் ஒருவரை அழைத்து அவர் பேசத் தொடங்கியவுடனேயே அவர் என்ன மனநிலையில் இருக்கிறார், அவருடன் அன்று பேசப்போகும் விஷயத்தைப் பேசலாமா வேண்டாமா அவர் நாம் சொல்லப் போகும் விஷயத்தைக் கேட்பாரா அவருக்கு அப்போது அதைக் கேட்கும் பொறுமை இருக்கிறதா என்பதையும்கூட கணித்துவிடலாம். அதற்கு நமக்குத் தேவை உன்னிப்பான காது. மேலும் செவியில் விழும் அந்த ஒலிக்குறிப்பை பகுத்தறியும் திறன். எதிராளியிடம் இருக்கும் மௌனம்கூட நமக்கு பகுத்தறிய பயன்படும் ஒலிதான்.

வெகு சிலர் தங்கள் உணர்ச்சிகளை வெளிக்காட்டாதபடி போனில் எடுத்தவுடன் பேசுவார்கள். அவர்களின் உணர்ச்சிகளைக் கணிக்கவே முடியாது. ஆனால் மிகவும் குறைவான எண்ணிக்கையிலான மக்கள்தான் இப்படி இருப்பார்கள். அதிக எண்ணிக்கையிலான மக்கள் தங்கள் உணர்ச்சிகளை குரலில் கட்டுப்படுத்தி வெளிப்படுத்த அறியாதவர்களாகத்தான் இருக்கிறார்கள்.

மேலும் தமிழகத்தில் பெரும்பாலும் மக்கள் தொலைபேசியில் பேசுவது என்பது பக்கத்திலுள்ள அனைவருக்கும் தெரியும் வகையில் பேசுவதான செயல்பாட்டையே மேற்கொள்கிறார்கள். தொலைபேசியில் பேசுவது என்பது பேசுபவருக்கும் நமக்கும் இடையிலான பேச்சு மட்டுமே என்பதை உணராமல் பேசுபவர்களாகத்தான் இருக்கிறார்கள். குரலின் உச்சஸ்தாயில் பேசிப் பழகிக் கொண்டிருக்கிறார்கள். அடிக்குரலில் பேச வேண்டும் என்பதை பழகாமலேயே இருக்கிறார்கள்.

இப்போதிருக்கும் கல்லூரி மாணவர்கள் ரகசியக் குரலில் பேசுவதைப் பார்க்கமுடிகிறது. அருகிலேயே அமர்ந்திருந்தால் கூட அவர்கள் பேசுவது யாருடன் என்ன பேசுகிறார்கள் என்பதை அறியவே முடியாது. அந்த அளவு ரகசியம் பேசவேண்டாம். ஆனால் கூச்சல் போடும் அளவுக்கு குரலை உயர்த்தியும் பேச வேண்டாம்.

நாம் பேசும் போதும்கூட ஒரு விஷயத்தை வர்ணிக்கிறோம் என்றால் அதில் ஒரு சுவாரசியம் இருக்கவேண்டும். கேட்ப வருக்கு அதில் சுவை ஏற்படும்படி வர்ணிக்கத் தெரியவேண்டும். அப்போதுதான் அந்தப் பேச்சு எடுபடும். இல்லை என்றால் எப்போது பேச்சை நிறுத்தலாம் என்று எண்ணத் தோன்றிவிடும்.

நான் மேலே கூறிய இந்தத் தகவல்கள் தொலைபேசி உரையாட லுக்கும் பொருந்தக்கூடிய ஒன்று.

தொலைபேசி வாயிலாக நான் இதுவரை பலரிடம் பேசி அவர்களை வசீகரித்திருக்கிறேன். அது தொடர்பாக சில அனுபவங்களைக் கூறுகிறேன்.

எனக்கு ஒரு குரலை தொலைபேசியில் கேட்டால் அவர் எப்படி இருப்பார், அவருடைய தோற்றம் எப்படி இருக்கும், அவர் நீண்ட நாள் நண்பராகத் தொடர்வாரா, அவருடைய மனநிலை என்ன, அவருக்குள் இருக்கும் அலைச்சல் போன்றவை புரிந்துவிடும். அது 85-90% சரியாகவே இருக்கும். ஒருவருடன் பேசியவுடனேயே அந்த அலை எனக்குக் கிடைத்துவிடும். இப்போது இது போன்ற பழக்கம் வந்துவிட்டது.

ஆனால் முன்பு சென்னைப் பல்கலைக்கழகத்தில் விரிவுரையாள ராகப் பணியாற்றிக் கொண்டிருந்த போது ஒருநாள். ஒரு ஞாயிற்றுக் கிழமை. அடையார் டைம்ஸ் பத்திரிகையிலிருந்து ஒரு பெண் பேசினார். நுனி நாக்கு ஆங்கிலம் குரலோ அத்தனை இனிமை. அவர் எப்படியும் 25 வயதுக்குள் இருக்கும் பெண்ணாக இருக்கவேண்டும் என்று நான் நினைத்தேன். அவர் என்னைப் பற்றிய விவரங்களை சரிபார்த்தபிறகு என்னுடைய பேட்டி எடுப்பதற்காக நேரில் வருவதாகக் கூறினார். அவர் வருகைக்காகக் காத்திருந்தேன். அவர் எப்படியும் என்னளவு அனுபவம் மிக்கவராக இருக்கமாட்டார் என்றும் என் ஆங்கில அறிவைக்கொண்டு அவரை அசத்திவிட வேண்டும் என்றும் நினைத்திருந்தேன். அவர் அடுத்த ஒரு மணி நேரத்தில் வந்தார்.

வந்தவுடன், 'I am Parvathy' என்றார்.

எனக்கு பார்விதி என்று ஆகிவிட்டது.

அவருக்கு என் வயதில் ஒரு பெண் இருப்பதாகச் சொன்னார். மேலும் அவர் பத்திரிகைத் துறையில் நல்ல அனுபவம் உள்ள வராக வேறு இருந்தார்.

என் கணிப்பு தவறியது இது போன்ற மிகச் சிலத் தருணங் களில்தான்.

கல்லூரியில் படிக்கும் போது ஒரு ரூபாய் காயின் போட்டுப் பேசும் ஃபோன் இருக்கும். அப்போது ஆங்கிலம் பேசவேண்டும் என்ற ஆர்வம் காரணமாக ஏதோ ஓர் எண்ணைப் போடுவது, பேசுவது என்றெல்லாம் நானும் என் நண்பர்களும் செய்திருக் கிறோம். அப்போதுதான் ஃபோனில் எப்படிப் பேசவேண்டும் என்பதைக் கற்றுக் கொண்டோம்.

அதேபோல் குரலின் இனிமையானது எல்லோரையும் மயக்கும். குரலை பயிற்சி செய்துதான் இனிமையாக மாற்றமுடியும். நல்ல குரல்வளம் இயல்பாக இயற்கையாக அமையலாம். அதை சரியான பயிற்சி கொடுப்பதன் மூலம் மேலும் இனிமையாக மாற்றமுடியும். இப்போது குரல் பயிற்சிக்கான சில இடங்கள் உள்ளன.

நான் தொடர்ந்து பல விளம்பரங்களுக்கும் டாக்குமெண்டரி களுக்கும் குரல் கொடுத்ததில் எனக்கு குரல் பயிற்சி கிடைத்தது. மேலும் இந்தக் குரல் வளம் தொலைபேசியில் பேசும்போது கேட்பவருக்கு இனிமையாகவும் தொடர்ந்து கேட்கவேண்டும் என்ற எண்ணத்தை ஏற்படுத்துவதாகவும் இருக்கிறது.

குரல் வளத்தை எப்போதும் நல்ல நிலையில் வைக்க பயிற்சி செய்யவேண்டும். பாடல் பயிற்சி அல்லது உரக்கப் படிப்பது இதுபோன்ற பயிற்சிகளைத் தொடர்ந்து செய்துவந்தால் குரல் வளம் நன்றாக இருக்கும். ஊடகங்களில் குரல் வளம் நன்றாக இருந்தால் பலருக்கும் பிடிக்கும்.

தொலைபேசியில் உரையாடும்போது அடுத்து மிக முக்கியமாக இருப்பது நமது பாவனை. இயல்பாக, உண்மையாக, அடைக்கலம் கொடுக்கும் அரவணைப்பு உணர்வு எனது குரலில் இருப்பதாக என்னைப் பற்றி பலரும் கூறுகிறார்கள். இது என்

அனுபவம். மேலும் நேர்மையான பாசங்கற்ற பாவனை எனது பலம் என்றே நான் கருதுகிறேன்.

இந்த பாவனை எனக்குள் வந்ததற்கு பல காரணங்கள் இருக்கலாம். நான் ஏற்கெனவே சொன்னதுபோல கல்லூரியில் படிக்கும் காலங்களில் வகுப்பில் நடத்தும் பாடங்களை பதிவு செய்துகொண்டுபோய் அதைக் கேட்டுவிட்டு அதன் பின் அவற்றை என் குரலில் பதிவு செய்துகொள்வேன். எனக்குப் புரிந்ததை அதில் பதிவு செய்வேன். அப்படிச் செய்யும்போது வெறுமனே வாசிக்கும் வகையில் இல்லாமல் அதற்குத் தக்க பாவனையோடு பதிவு செய்வேன். அதுதான் எனக்கு குரல் ஏற்ற இறக்கமாகப் பயன்படுத்தும் முதல் பயிற்சியாக இருந்தது.

ஆங்கில இலக்கியத்தில் பல நாடகங்கள், கதைகள் வரும். அவற்றை தகுந்த பாவனையோடு படிக்கப் பழகவேண்டும். அப்படி பாவனைகளை சரியாகவும் துல்லியமாகவும் தெரிந்து பதிவு செய்வதில் எனக்கு பேரார்வம் உண்டு. அதேபோல் எந்த சினிமா அல்லது உரையாடல் கேட்டாலும் பேசுபவர்களின் பாவனைகளைக் கூர்ந்து கவனித்து அதை அப்படியே நினைவில் வைத்துக்கொள்ளும் திறனும் எனக்கு உண்டு. உண்மையில் சொல்லப் போனால் சிறு வயதில் பள்ளியில் படிக்கும்போதே எனக்கு பல நாடகங்களில் நடித்தபோது இந்த பாவனைகளைத் தெரிந்துகொள்ளும் பயிற்சி வந்துவிட்டது. சென்னை வானொலி நிலையத்திலும் நான் சிறு வயதில் பல நிகழ்ச்சிகளில் பங்கெடுத் திருக்கிறேன். அப்போதும் இதுபோல் பாவனைகளைக் கற்கும் வாய்ப்பு எனக்குக் கிடைத்தது. அங்கு வேலை செய்பவர்கள் எப்படிப் பேசுகிறார்கள். கேட்பவர்களுக்கு எந்த அளவு அதில் ஆர்வம் ஏற்படும் வகையில் பேசவேண்டியிருக்கிறது என்பதை நான் புரிந்துகொள்ள அந்த இடம் எனக்கு உதவியது.

இப்படி நான் பாவனைகளை சரியாகக் கற்றுக்கொண்டதும்கூட தொலைபேசியில் உரையாடுவதற்கு பெரிதும் பயன்தருகிறது. ஒருவர் பேசும்போது அதைக் கவனித்து சரியான பாவனையில் எதிர்வினை ஆற்றும்போது அவருக்கு நம்மீது ஒரு தனியான பிரியம் ஏற்படுகிறது. மேலும் நம்மீது அவர் எப்போதும் ஒரு நம்பிக்கையை வளர்த்துக் கொள்கிறார்.

'அகத்தின் அழகு முகத்தில் தெரியும்' என்பார்கள், என்னைப் பொறுத்தவரை 'அகத்தின் அழகு அலைபேசியில் தெரியும்'

'Phone talk is an index of mind' என்றே நான் கருதுகிறேன். அந்த அளவுக்கு நமது ஆளுமையை வெளிக்காட்டும் ஒன்றாக தொலைபேசி பேச்சு இருக்கிறது.

எனக்குத் தெரிந்த பலர் பல வணிக சம்பந்தமான ஒப்பந்தங்களை போனிலேயே பேசி முடித்திருக்கிறார்கள். அந்த அளவு வெற்றிகரமான போன் பேச்சை அவர்கள் கொண்டிருக்கிறார்கள்.

தொலைபேசியில் சிலர் விவாதங்களை வளர்த்துவிடுகிறார்கள். அது தொலைபேசியில் முடியாது, நேரில்தான் பேசித் தீர்க்க முடியும் என்பதை புரியாமல் பேசுகிறார்கள். சில நேரங்களில் தொலைபேசியில் சூடான பேச்சு வந்துவிட்டது என்றால் உடனடியாக அந்த பேச்சை அத்தோடு முடித்துவிட்டு அடுத்த நாள் அல்லது மற்றொரு நேரத்தில் பேசலாம். அதை விட்டு விட்டு அப்போதே பேசி முடிக்கவேண்டும் என்று நினைக்கக் கூடாது.

என் தொலைபேசி பேச்சு மென்மையாக இதமாக நேரடியான தாக இருப்பதால் பலரும் என்னுடன் பேசுவதை விரும்பு கிறார்கள். சிலர் என்னிடம் தொலைபேசியில் பேசிவிட்டு நேரில் பார்க்கும் போது நான் வயதில் இன்னும் கூடுதலாக இருப்பேன் என்று கணித்ததாகக் கூறுகிறார்கள்.

ஒருவிதமான சுகத்தை தரக்கூடிய தணிவான இணக்கமான குரலில் பேசுவது போன்ற சிறிய விஷயங்களைக் கடைப் பிடித்தால் நமது தொலைபேசி உரையாடல் எல்லோராலும் விரும்பப்படுகின்ற ஒன்றாக ஆகிவிடும்.

> 'அகத்தின் அழகு முகத்தில் தெரியும்' என்பார்கள், என்னைப் பொறுத்தவரை 'அகத்தின் அழகு அலைபேசியில் தெரியும்' 'Phone talk is an index of mind' என்றே நான் கருதுகிறேன்.

15

மனமிருந்தால் மார்க்கமுண்டு

WHERE THERE IS A WILL THERE IS A WAY

'Outstanding young Indian' அவார்ட் வாங்குவதற்கு நான் வாரணாசி போனேன். அங்கு பரிசு வழங்க மத்திய அமைச்சர்கள், குடியரசுத் துணைத் தலைவர் வந்திருந்தார்கள். அது ஒரு திறந்தவெளி மைதானம். அங்குதான் விருதுகள் வழங்கும் விழா நடந்தது. என்னுடன் எனது மாமா உடன் வந்திருந்தார். ஒவ் வொரு மாநிலத்தைச் சேர்ந்தவர்களும் விருதுகள் வாங்கும்போது அந்தந்த மாநிலத்தைச் சேர்ந்தவர்கள் உற்சாகப்படுத்தினார்கள். எனக்கும் என்னுடன் வந்தவர்கள் மற்றும் அங்கிருந்த தமிழகத் தைச் சேர்ந்தவர்கள் உற்சாகப்படுத்தினார்கள். அந்த விழா ஏற்கெனவே குறிப்பிடப்பட்ட நேரத்தைவிட பின்தங்கி போய்க் கொண்டிருந்தது. விருது வாங்குபவர்கள் யாரும் அங்கு பேச அனுமதிக்கப்படவில்லை. ஆனால் எனக்கோ எப்படியாவது அந்த மேடையில் பேசிவிடவேண்டும் என்று ஓர் எண்ணம் இருந்தது. அதை எப்படி நிறைவேற்றுவது என்று யோசித்துக் கொண்டிருந்தேன். அந்த விழா நடத்துபவர்களைக் கேட்ட போது அவர்கள், 'இந்தமுறை முடியாது, மற்றொருமுறை பார்க்கலாம்' என்று கூறிவிட்டார்கள். ஆனால் நான் மனத்தில் உறுதியாக இங்கு பேசிவிடுவது என்று முடிவெடுத்துவிட்டேன். என்ன செய்வது என்று யோசித்துக்கொண்டிருந்தேன்.

என்னை விருது வாங்க அழைத்தார்கள். நான் அங்கு போய் நின்றேன். விருது கொடுக்கும்போது அதை வாங்காமல் நான்

சில சொற்கள் பேசவேண்டும் என்று சொன்னேன். அந்த விழாவை தொகுத்து வழங்கிக் கொண்டிருந்தவர் என் அருகில் நின்றிருந்தார். மேலும் அந்த நேரம் மதிய நேரம் என்பதால் மக்கள் பசி காரணமாக அந்த மைதானத்தில் அருகில் உணவு பரிமாறும் இடத்திற்கு மெதுவாக நகர்ந்து கொண்டிருந்தார்கள். மைதானத்தில் மிகவும் குறைவான மக்களே இருந்தார்கள். இந்த நேரத்தில் நான் மேடையில் பேசவேண்டும் என்று சொன்னது அவர்களுக்கு மிகவும் தர்மசங்கடமாகவும் நேரமின்மை காரண மாகவும் சிக்கலைக் கொடுத்திருக்கலாம். ஆனால் அவர்கள் சில மணித்துணிகள் என்னைப் பேச அனுமதித்தார்கள்.

நான் அவர்களிடம், நன்றி தெரிவித்துவிட்டு,விழா மேடையில் சில மணித்துளிகள் பேசினேன். பிறகு ஓர் பாடல் பாடலாமா என்று கேட்டேன். கூடியிருந்தவர்கள் அனைவரும் அதற்கு ஏகோ பித்த வரவேற்பு கொடுத்தார்கள். அங்கு பெரும்பான்மையாக இருந்தவர்கள் ஹிந்தி பேசும் மக்கள் என்பதால் ஹிந்தியில் ஒரு பாடல் பாடலாம் என்று நினைத்தேன். ‘சல்தே. . சல்தே’ என்ற கிஷோர் குமார் பாடலை பாடினேன். ஏற்கெனவே போனில் அந்த பாடலின் ட்ராக் இருந்ததால் அதைப் போட்டுக்கொண்டு பாடத் தொடங்கினேன். அங்கு உணவுக்காகச் சென்ற கூட்டம் அங்கிருந்த மற்றவர்கள் எல்லோரும் வந்து அரங்கத்தை நிறைத்து விட்டார்கள். அந்தப் பாடலைக் கேட்டு மிகவும் உற்சாகமடைந் தார்கள். அதன் பிறகு மேடையைவிட்டு இறங்கியபோது மக்கள் என்னைச் சுற்றி நின்றுகொண்டு அன்பைப் பொழிந்து தள்ளி விட்டார்கள். அவர்களிடம் என் மாமாதான் பேசினார். அவருக்கு ஹிந்தி தெரியும் என்பதால் என்னைப்பற்றி அவர்கள் கேட்ட தற்கு விளக்கமளித்தார். அவர்கள் அனைவரும் என்னை மிகவும் பாராட்டியதும் உற்சாகப்படுத்தியதும் மறக்க முடியாத நினை வாக இன்னும் இருக்கிறது. அந்த விருதை விட அவர்கள் காட்டிய அந்த வரவேற்புதான் மிகவும் பெரிய விஷயமாக எனக்குப் படுகிறது.

அங்கு பலரும் விருது வாங்க வந்திருந்தாலும் யாரும் மக்கள் முன் பேச நினைக்கவில்லை. முயற்சிக்கவும் இல்லை. ஆனால் வெறும் விருது வாங்கிக்கொண்டு நாம் யார் எதற்காக விருது வாங்குகிறோம் என்று மக்களுக்குத் தெரியாமல் வருவது என்பதில் எனக்கு உடன்பாடில்லை.

இவர் இன்னார்... இந்த விஷயத்திற்காக விருது வழங்கப் பட்டிருக்கிறது, இவர் இப்படிப்பட்ட திறமை உடையவர் என்பதை மக்கள் தெரிந்துகொள்ளவேண்டும் என்று நான் நினைத்தேன். இதுபோல் பலரும் விருது வாங்கியிருக்கலாம். அவர்களைப்பற்றி மக்கள் மறந்துகூட போயிருப்பார்கள். ஆனால் அப்படி ஒருவராக நாமும் இருந்துவிடுவதில் என்ன பயன்? மேலும் நாம் விருது வாங்குவதை பொறுமையாகப் பார்த்துக் கொண்டிருக்கும் மக்களுக்கு நாம் ஓர் உற்சாகத்தைத் தருவது தவிர வேறு என்ன செய்யமுடியும்.

அவர்களுக்காகப் பாடவேண்டும் என்று நான் நினைத்ததை சாதிக்க முடிந்தது. மேலும் அது அவர்களைப் பெரிதும் கவர்ந்தது. அவர்களுக்கு நான் கொடுத்த ஒரு சிறிய மகிழ்ச்சி. எனக்குக் கிடைத்த பரிசுக்கு நன்றி சொல்ல நான் எடுத்துக் கொண்ட சில நிமிடங்கள் அவை.

என்னைப் பொறுத்தவரை ஏதாவது ஒரு செயலை செய்ய வேண்டும் என்று முடிவெடுத்துவிட்டால் அதை செய்து முடித்தே ஆகவேண்டும். என்ன இக்கட்டு வந்தாலும் அதை சமாளித்துவிடவேண்டும் என்றுதான் எனக்குத் தோன்றும். அதனால் கடைசிவரை போராடுவது என்பதுதான் என் முன்னுள்ள இலக்காக வைத்திருக்க நினைப்பேன். எப்படியும் அதை எட்டுவதற்கான எல்லா வழிமுறைகளையும் யோசித்து இறுதியில் அடைந்துவிடுவேன். இப்படித்தான் பல செயல் களை நானாகவே யோசித்து செயல்படுத்தி இருக்கிறேன்.

இதுவும் அப்படிப்பட்ட ஒன்றுதான். பொதுவாக எனக்கு இது போல் எந்தச் செயலையும் நான் நினைப்பது நிறைவேறும்வரை போராடுவது என்கிற பழக்கம் இருந்ததால் இது எனக்கு எளிதாக முடிந்தது. மேலும் வேறு ஒரு மாநிலத்தில் வேறு ஒரு மொழி பேசும் இடத்திலும்கூட இதை என்னால் செய்யமுடிந்தது.

நாம் மனத்தில் வைத்திருக்கும் எண்ணம் தீவிரமாக இருந்தால் அதை நிச்சயம் சாதிக்க முடியும். இப்படி பல உதாரணங்கள் இருக்கின்றன.

இமய மலையை முதலில் ஏறிய இந்தியாவின் டென்சிங் தன்னுடைய பிறந்த நாளை அறியாதவர். மிகவும் வறுமையான குடும்பத்தில் பிறந்தவர். வீட்டைவிட்டு ஓடிப்போய் மலை ஏறும் குழுவினருடன் இணைந்துகொண்டவர். பலமுறை எவரெஸ்ட் சிகரத்தை எட்ட முயற்சி செய்தவர். ஹில்லரியுடன்

ஏறியபோதுதான் வெற்றிகிட்டியது. அந்த முயற்யின்போது ஹில்லரி தடுக்கி விழுந்து ஒரு பள்ளத்தாக்கில் மோதப் போகும் போது தன் கயிற்றால் அவரைப் பிடித்து மேலே தூக்கிக் காப்பாற்றி னார். இப்படி அவர் எடுத்த முயற்சிதான் இன்றுவரை அவருடைய பெயரை நினைவில் வைத்திருக்கும்படிச் செய்திருக்கிறது.

சாகசம் செய்ய ஒரு மனநிலை தேவை. மேலும் அது நமக்கே ஒரு பெரும் போராட்டமாக இருக்கவும் வேண்டும். அப்போது தான் சுவாரசியம் இருக்கும். மேலும் தோல்வி கிடைத்தாலும் வெற்றியை எட்டும்போது ஏற்படும் மகிழ்ச்சியே தனியாக இருக்கும். அதை அனுபவித்தால்தான் புரியும்.

எந்த ஒரு செயலையும் மனத்தில் முதலில் அதைச் செய்வதற்கான ஒரு முன்மாதிரியை வடிவமைத்துக் கொள்ளவேண்டும். அதன் பின் அதைச் செய்து முடிக்க முடியும் என்ற தீவிரமான எண்ணம் கொள்ளவேண்டும். அதைப்பற்றி மட்டுமே சிந்திக்கவேண்டும். அப்போது நம்மால் அதை மிகவும் சுலபமாக முடித்துவிட முடியும்.

பொதுவாக ஒரு நிகழ்ச்சி ஏற்பாடு செய்பவர்கள் பார்வையாளர் களின் உற்சாகம், மகிழ்ச்சி போன்றவற்றை கணக்கில் எடுத்துக் கொள்வதில்லை. நிகழ்ச்சியைப் பார்ப்பவர்கள்தான் முக்கியம் என்பதை மறந்துவிடுகிறார்கள். பலர் விருது வாங்கலாம். அதில் மக்களுக்கு என்ன பயன். அல்லது அவர்கள் என்ன பங்கை அதில் ஆற்றுகிறார்கள். இதைப்பற்றி எல்லாம் யோசிக்காமல் நிகழ்ச்சியை ஏற்பாடு செய்வதால் மக்களின் முழு ஆதரவையும் பெற முடியாமல் போகிறது.

கூட்டத்தை நிர்வகிப்பதுபற்றி யாருக்குமே ஒரு தெளிவான வரையறை இருப்பதில்லை. மக்களின் மனநிலையிலிருந்து நிகழ்ச்சியை வடிவமைப்பது குறித்து யாரும் அக்கறை கொள்வ தில்லை. இது பற்றி எப்போதுமே எனக்கு ஓர் ஆதங்கம் உண்டு. அப்படி சரியாக நிர்வகிக்கப்படாத நிகழ்ச்சிகள் வெற்றி பெறு வதில்லை என்பதை ஏற்பாட்டாளர்கள் புரிந்துகொள்வதில்லை.

ஒருமுறை ஒரு கம்பெனியின் ஊழியர்கள் கூட்டத்தில் பேச அழைத்திருந்தார்கள். அங்கும் இதேபோல் பலரும் பேசிக் கொண்டே இருந்தார்கள். அங்கு கூடியிருந்தவர்கள் மிகவும் அலுத்துப் போய்விட்டார்கள். அதன் பின் கூட்டம் மெதுவாகக்

கலையத் தொடங்கியது. அந்த கூட்ட ஏற்பாட்டாளர்கள் அங்கு சி.டி.க்கள் விற்பதற்கும் ஆர்வம் கொண்டிருந்தார்கள். கூட்டம் கலையத் தொடங்கியதால் தங்களின் விற்பனை படுத்துவிடும் என்று அஞ்சினார்கள். உடனே என்னிடம் வந்து அங்கு ஒரு பாட்டை பாடவேண்டும் என்று கேட்டார்கள். நானும் அதை ஏற்றுக்கொண்டு பாடத் தொடங்கினேன். போன கூட்டம் திரும்பி வந்தது. மேலும் பாடல்களைப் பாடக் கேட்டுக் கொண்டே இருந்தார்கள். நானும் பல பாடல்களைப் பாடிவிட்டேன். அதன் பின் அந்த சி.டி. விற்பனையும் அமோகமாக நடந்தது. இப்படி ஏற்பாட்டாளர்கள் சரியான முறையில் திட்டமிடாமல் ஒரு விழாவை நடத்துகிறார்கள். அதன் பின் நஷ்டம் வரும் என்று அஞ்சி உடனடியாக நிகழ்ச்சி நிரலையே மாற்றுகிறார்கள்.

ஒரு விழாவில் ஒரு குறிப்பிடத்தக்க நபரை அழைத்திருக்கிறோம். அவருக்கு விருது வழங்குகிறோம் என்றால் அவரைப் பேச வைத்து அவருடைய கருத்துகளை மக்கள் அறியச் செய்ய வேண்டும் என்ற அடிப்படையை எல்லோரும் பின்பற்றினால் நலமாக இருக்கும். மேலும் சிறப்புத் திறனாளிகள் பலருக்கு இயல்பாக சில திறமைகள் இருக்கும். அதைப்பற்றித் தெரிந்து கொள்ள மக்கள் விரும்புவார்கள். அதை வெளிப்படுத்தும் வகையில் நிகழ்ச்சிகளை அமைத்தால் நிகழ்ச்சிகள் மேலும் வெற்றி பெறும்.

> எந்த ஒரு செயலையும் மனத்தில் முதலில் அதைச் செய்வதற்கான ஒரு முன் மாதிரியை வடிவமைத்துக் கொள்ள வேண்டும். அதன் பின் அதைச் செய்து முடிக்க முடியும் என்ற தீவிரமான எண்ணம் கொள்ளவேண்டும். அதைப் பற்றி மட்டுமே சிந்திக்கவேண்டும். அப்போது நம்மால் அதை மிகவும் சுலபமாக முடித்துவிடமுடியும்.

16

உதவும் கரங்கள்

THE SEAT TO DECLINE

நான் பதினோராம், பன்னிரண்டாம் வகுப்பு படிக்கும்போது பஸ்ஸில்தான் போய்வருவேன். அப்போது நான் ஏறியவுடன் என் சிறப்புத் திறனைப் புரிந்துகொண்டு சிலர் எழுந்து உட்கார இடம் கொடுப்பார்கள். ஆனால் அதை ஏற்க மறுத்துவிடுவேன். அவர்கள் எத்தனைமுறை வற்புறுத்தினாலும் நான் அவர்களிடம் கடுமையாக வாதிடுவேன். 'எனக்கு கால்கள் நன்றாக இருப்பதால் என்னால் நின்று வரமுடியும். எனக்கு உட்காரவேண்டாம். நிற்பது என்னால் முடியும். நிற்க முடியாத வேறு யாருக்காவது அந்த இடத்தைக் கொடுங்கள்' என்று கூறிவிடுவேன்.

எனக்கு ஒரு தனிப்பட்ட கவனம் கொடுக்கப்படுவதை நான் ஏற்க விரும்பமாட்டேன். எனக்கு மட்டும் எதற்காக இப்படித் தரவேண்டும் என்ற எண்ணம் எனக்குள் எப்போதும் இருந்தது. இப்படி எனக்கு உட்கார இடம் கொடுத்தவர் என்னுடன் பேசி என்னை அந்த இடத்தில் அமர வைக்க முயலும்போது நான் மறுக்க, அந்த இடத்தில் மற்றொருவர் உட்கார்ந்துவிடுவார்.

ஒரு நாள் இப்படி ஆனால் மற்றொரு நாளும் இதேபோல் மற்றொருவர் என் சிறப்புத் திறனைப் பார்த்தவுடன் அமர இருக்கையை விட்டுத் தர முன்வருவார். நான் அதை மறுப்பேன். முதல் நாள் இருந்தவர் உடன் பயணம் செய்தால் அவரிடம் நான் அமர இருக்கை கொடுத்தால் ஏற்பதில்லை என்பதைச் சொல்வார். இப்படியே போய்க் கொண்டிருந்தது.

கல்லூரியில் படிக்கும்போதுதான் இப்படிச் செய்வதற்கான காரணம் என்ன என்ற உண்மையை நான் உணர்ந்தேன். அதாவது ஒவ்வொருவரும் மற்றொருவருக்கு ஏதாவது ஓர் உதவி செய்யவேண்டும் என்று நினைக்கிறார்கள். அப்படி ஒரு வாய்ப்பு கிடைக்கும்போது அதைச் செய்துவிட்டால் அவர்களுக்கு திருப்தி ஏற்படுகிறது. தான் ஒரு மாபெரும் காரியத்தை செய்து விட்டதாக ஓர் உளமார்ந்த ஒத்தடத்தைக் கொடுத்துக் கொள் கிறார்கள். அது அமைதிக்கான நோபல் பரிசு கிடைத்தது போன்ற திருப்தியாக அவர்களுக்குப் படுகிறது. மேலும் நிறைய சிறப்புத் திறனாளிகள் அப்படிப்பட்ட உதவியை எதிர்பார்க்கிறார்கள். சில சிறப்புத் திறனாளிகள் அப்படி ஓர் உதவி கிடைக்காவிட்டால் புகார் செய்கிறார்கள். தங்களுக்கு யாருமே உதவுவதில்லை, மனித நேயமே இல்லை என்பதுபோல் பேசுகிறார்கள். என்னைப் போன்றவர்கள் - அப்படிப்பட்ட உதவியைப் பெறக் கூடாது - என்று நினைப்பவர்கள் மிகவும் குறைவான எண்ணிக்கையில்தான் இருக்கிறார்கள். ஆனால் நான் அப்படி ஒருவர் உதவி செய்ய முன் வரும் போது மறுத்தால் அது பொதுமைப்படுத்தப்படும். இது போன்ற சிறப்புத் திறனாளி களுக்கு இனி இப்படி உதவி செய்யவேண்டாம் என்ற மனநிலை உருவாகும். சிறப்புத் திறனாளிகளுக்கு பஸ்ஸில் அமருவதற்கு இருக்கைகள் தேவை இல்லை என்ற கருத்து பலப்படும். மேலும் இதனால் பல சிறப்புத் திறனாளிகள் பாதிக்கப் படுவார்கள்.

பிச்சை எடுப்பவர்களுக்கு பணம் கொடுப்பதைக்கூட அப்படித் தான் நான் கருதுகிறேன். பிச்சை எடுப்பதுபோல் சுயமரியாதை யைக் குலைக்கும் செயல் வேறு இல்லை. அவர்களுக்கு பணம் கொடுக்கக்கூடாது என்று சிலர் வாதிடுகிறார்கள். அவர்கள் ஏமாற்றுவார்கள் என்று சொல்வார்கள். ஆனால் அப்படி ஏமாற்றி னாலும் பரவாயில்லை அவர்களுக்குப் பணம் கொடுக்க வேண்டும் என்று நான் நினைப்பேன். பிச்சையே எடுக்க வந்து விட்டார்கள் இனி ஏமாற்றினால் என்ன, எது செய்தால் என்ன என்றுதான் நான் நினைக்கிறேன்.

இப்படி நான் சொல்வதற்குக் காரணம் கருணையின் வடிவமாக நான் இருக்கிறேன் என்று கூற அல்ல. அவர்களுக்கு ஏதும் கொடுக்காமல் இருக்கையில் நான் ஒரு விதமான சங்கடத்தை உணர்கிறேன். அப்படி அவர்களுக்குப் பணம் கொடுக்கும்போது

என்னுள் இருந்த அந்த சங்கடத்தை போக்கிக்கொள்கிறேன். அது ஓர் ஒத்தடம்போல் எனக்கு இருக்கிறது.

அறிவுப்பூர்வமாக இதை யோசிக்க முடியாது. எல்லா செயல்களையும் நாம் அறிவுப்பூர்வமாகத்தான் செய்ய முடியும் என்பதில்லை. சில உணர்வுப்பூர்வமாக செய்யவேண்டியிருக்கிறது. அப்படித்தான் பஸ்ஸில் அமர இடம் கொடுப்பதும். அப்படிச் செய்பவர்கள் தங்களின் செயலை ஒரு பெருமையாக உணர்கிறார்கள். நமக்கும் அந்த உதவியை ஏற்றுக் கொண்டால் அவர்களைத் திருப்திப்படுத்திய ஒரு மகிழ்ச்சி கிடைக்கிறது.

கல்லூரியில் படிக்கும்போது பஸ்ஸில் ஏற முடியாமல் படிகளில் பயணம் செய்த அனுபவம்கூட எனக்கு இருக்கிறது. ஆனால் அந்த பஸ்ஸில் படிக்கு அருகில் இருக்கும் கம்பியைப் பிடித்துக் கொண்டால் அந்த பஸ்ஸை என்னிடமிருந்து பிரிக்கவே முடியாது. அப்படியே கம்பியைப் பிடித்துக்கொண்டு ஓடிக்கூட போய்விடுவேன். ஒரு சிலமுறை அந்தக் கம்பியை மறைத்து கண்ணாடி போட்டுவிடுவார்கள். அப்போதெல்லாம் எப்படியாவது சிரமப்பட்டு ஏறி படிகளில் பயணம் செய்வேன். யாராவது பார்த்து உள்ளே போவதற்கு எப்படியாவது வழி விடுவார்கள்.

அப்படி உள்ளே போனாலும் யார் மீதும் இடிக்காமல் இருக்க வேண்டும். சிலர், 'கண்ணா தெரியலை இப்படி வந்து இடிக்கறே' என்பார்கள். நானும், 'ஆமாங்க எப்படி கண்டுபிடிச்சீங்க' என்பேன். இப்படி இருக்கும் பயணத்தில் ஒருவர் நமக்காக அமர இருக்கைத் தரும்போது அதை ஏற்காமல் இருப்பதை அவர் தனக்கு நேர்ந்த அவமானமாக உணர்கிறார். தன்னுடைய உதவி நிராகரிக்கப்படுவதை அவரால் தாங்க முடிவதில்லை. அதனால் அந்த உதவியை ஏற்பதன் மூலம் அவரை நாம் அங்கீகரிக்கிறோம் என்ற ஓர் ஆறுதல் அவருக்குக் கிடைக்கிறது. தனது பெருந்தன்மையான குணத்துக்கு ஒரு சரியான உதாரணமாக இந்த நிகழ்ச்சி இருந்ததாக அவர் தன் நண்பர்களிடமும் உறவினர்களிடமும் சொல்லிக் கொள்வார்.

மற்றவர்களின் உணர்வுகளைக் காயப்படுத்தாமல் இதுபோன்ற சிறு சிறு அனுசரிப்புகளை நாம் செய்யலாம். இந்த வகையில் சிறிய வகையிலான அனுசரிப்புகள் அவ்வப்போது நாம் செய்து தான் ஆகவேண்டும்.

நம் உடன் பிறந்தவர்கள் நம் உற்றார் உறவினர்களுக்கு மட்டும்தான் இந்த அனுசரிப்பை நாம் செய்வது என்பது பொருளற்றது. உலகில் உள்ள எல்லோருமே சமமானவர்கள். மனிதன் ஒரு சமூக மிருகம். அதனால் எல்லோருக்கும் சரிசமமாகத்தான் அப்படிப்பட்ட அனுசரிப்புகளை நாம் செய்யவேண்டும்.

பள்ளியில் படிக்கும்போது எந்த அளவு இதெல்லாம் புரியாத நிலையில் இருந்திருக்கிறேன். குழந்தைத்தனமான பிடிவாதங் களைப் பிடித்திருக்கிறேன் என்று நினைத்துக் கொள்கிறேன். அதன் பின் மாறத் தொடங்கினேன். இது போன்ற சிந்தனைகள் எல்லாம் உருவாகின.

பெரிய அளவு கொள்கைகளில் கோட்பாடுகளில் அனுசரிக்க வேண்டாம். அது மத, அரசியல் ரீதியான கொள்கைகளாக இருக்கும்போது அதற்கு அனுசரித்து செல்லவேண்டாம். செய்யவேகூடாது. பெரிய முடிவுகள், சமூகத்தில் மாற்றத்தை ஏற்படுத்தும் கருத்துகளுக்கு அனுசரித்து செல்லவேண்டிய அவசியமில்லை.

என்னுடைய சொந்த நலனை மட்டுமே பாதிக்கும் அதுவும் எந்தப் பெரிய மாற்றத்தையும் ஏற்படுத்திவிடாது என்ற பட்சத்தில் அந்த அனுசரிப்பை நிச்சயம் செய்யலாம். எனக்கு பஸ்ஸில் நின்றுகொண்டு பயணிக்கும்போது ஒரு thrill இருக்கிறது. உட்காரும்போது இல்லை. பஸ் வளைந்து நெளிந்து ஏறி இறங்கிப் போகும்போது ஒரு வகையான ஊசலாட்டம் எனக்குள் ஏற்படுகிறது. அது மறுக்கப்படுகிறது. இருந்தாலும் ஒருவர் எனக்காக தன் இருக்கையை விட்டுத் தருகிறார் என்ற செயலை நான் மதிக்கவேண்டும். அது அவருக்குத் தரும் கௌரவமாக இருக்கிறது.

இதில் எல்லாம் நாம் கோடு போட்டுக்கொண்டு வாழும் வாழ்க்கையை பறை சாற்றக்கூடாது. மேலும் அவர்களுக்கு அது ஒரு பெரிய இன்பமாக அந்த நேரத்தில் இருப்பதை நாம் தடுக்கக் கூடாது. அது அறிமுகமில்லாதவர்களுக்கு நாம் கொடுக்கும் மரியாதை.

அவர்களும் நம்மிடம் நம் விருப்பத்தைக் கேட்டு அந்த உதவி யைச் செய்யலாம். ஆனால் அப்படிச் செய்வதில்லை. சிறப்புத் திறனாளியாக இருக்கையில் அமராமல் பயணிக்க முடியாது.

உட்கார்ந்து ஆகவேண்டும். ஆகவே உட்காருங்கள் என்று பணிக்கிறார்கள். அது ஒருவகையான மேலாண்மையாக இருக்கிறது. அது தன்னால் முடியக்கூடியதை ஒரு சிறப்புத் திறனாளியால் முடியாது என்று காட்டும் மேலாண்மை.

குழந்தைகளிடம்கூட பெற்றோர் இதுபோல் நடந்துகொள்வார்கள். அவர்களால் முடியாது என்பதை முன்கூட்டியே தீர்மானித்து நடந்துகொள்வார்கள். அவர்கள் முரண்டுபிடித்தால் கோபப்படுவார்கள். மேலும் தங்களுக்குத் தெரிந்தது நிச்சயமாக குழந்தைகளுக்குத் தெரிந்திருக்காது என்பதில் தீர்மானமாக இருப்பார்கள். குழந்தைகள் புதிதாக ஏதாவது சொன்னால்கூட காதில் வாங்கமாட்டார்கள். பெற்றோர்களின் மேலாண்மையை குழந்தை மதிக்கவேண்டும் என்பதில் மட்டுமே குறியாக இருப்பார்கள். இதேபோல்தான் சிறப்புத் திறனாளிகளைப் பார்ப்பவர்கள் நடந்துகொள்ளும் முறையாக இருக்கிறது. இது ஒரு வகை. இது மேலாண்மை செலுத்தும் வகை. மேலும் தனக்கு எல்லாம் தெரியும் என்பதில் திருப்தி அடையும் வகை. அப்படி இருக்கையில் தங்களின் புலன்களுக்கான பாதுகாப்பு கிடைப்பதாக அவர்கள் எண்ணும் வகை.

இப்படிப்பட்டவர்கள், என்ன இருந்தாலும் சிறப்புத் திறனாளி தானே அவர்களுக்கு உறுதியாக சில விஷயங்களைச் செய்ய முடியாது என்று நினைப்பவர்கள். அவர்களுக்கு குறையற்றவர்களைப் போன்ற திறன் இருக்காது. இயற்கையே அவர்களை அப்படி மாற்றியிருக்கும் என்று பல சமாதானங்களைச் சொல்லிக் கொள்வார்கள். இப்படி இருப்பதுதான் அவர்களுக்கு ஒரு நம்பிக்கை அளிப்பதாக இருக்கிறது. தனக்குத்தானே தன் குறையற்றத் தன்மையை தட்டிக் கொடுக்கும் விருப்பம் அதில் மறைந்து நிற்கும்.

இன்னொரு வகை இருக்கிறார்கள். இவர்கள் சிறப்புத் திறனாளிகள் என்பவர்கள் மேன்மையான மனிதர்கள் என்று எண்ணும் வகை. அவர்களால் எதுவும் செய்யமுடியும். அவர்களுக்கு எல்லாமே தெரியும். அவர்களுக்கு இருக்கும் திறமை மற்ற குறையற்றவர்களுக்கு இல்லை. இதுபோல் எண்ணுபவர்கள், ஒரு கடவுள் தன்மையை சிறப்புத் திறனாளிகளுக்கு வழங்குபவர்கள். அவர்களுக்கு கடவுள் சிறப்பு அருள் வழங்கியிருப்பதாக எண்ணி புளங்காகிதம் அடைபவர்கள்.

இரண்டுமே தவறான பார்வை. இரண்டுமே ஏற்கத்தக்கதல்ல. மற்ற எல்லா குறையற்ற மனிதர்களைப்போல் சிறப்புத் திறனாளி களைப் பார்க்காமல் இருப்பதில் இவர்கள்தான் குறையுள்ள வர்கள் ஆகிறார்கள். சிறப்புத் திறனாளிகளிலும் தவறான நடத்தை உள்ளவர்கள் இருக்கிறார்கள். குற்றவாளிகள் இருக் கிறார்கள். சமூக விரோதிகள் இருக்கிறார்கள்.

சிறப்புத் திறனாளிகள் பலர் எண்ணற்றத் திறமை கொண்டிருக் கிறார்கள். மிகவும் திறன் வாய்ந்தவர்களாக இருக்கிறார்கள். குறையற்றவர்களைவிட பல மடங்கு திறமைசாலிகளாக இருக்கிறார்கள்.

திறமை, அணுகுமுறை, அறிவு இவை குறைவானதாகவும் நிறைவானதாகவும் எல்லோருக்கும் இருப்பதுபோல் சிறப்புத் திறனாளிகளுக்கும் இருக்கிறது. மேலும் இது போன்ற அம்சங் களை வைத்துத்தான் சிறப்புத் திறனாளிகளும் கணிக்கப்பட வேண்டும் என்பதை பலர் மறந்துவிடுகிறார்கள்.

இதுதான் பெரிய குறையாக இருக்கிறது.

என்னால் எந்தக் குரலையும் யாருடையது என்று சுலபமாகக் கண்டுபிடிக்க முடிகிறது என்று கூறுகிறார்கள். எந்தக் குறையும் அற்றவர்கள் என்னைவிட திறமைசாலிகளாக குரல்களைக் கண்டுபிடிப்பதில் இருக்கிறார்கள். பல ஒலிப் பொறியாளர்கள் தொலைபேசியில் வெறும் ‘உம்’ என்று சொன்னாலே நம் குரலைக் கண்டுபிடித்துப் பேசிவிடுவார்கள். அவர்களின் திறமை என்னை விட அதிகமானது.

இதெல்லாம் நம் புலன்களை துல்லியமாகப் பயன்படுத்தும் விதத்தில்தான் இருக்கிறது. நாம் எந்த அளவு சரியாக நேர்த்தி யாகப் பயன்படுத்துகிறோமோ அதைப் பொறுத்து நம் திறனும் அதிகமாகிறது.

கண்ணைக் கட்டி பல வருடங்கள் இருந்தால் கண் தெரியாமல் போய்விடும் என்ற ஒரு கோட்பாடு இருக்கிறது. இது எந்த அளவு உண்மை என்று தெரியாது. ஆனால் இப்படி ஆகிவிடும் வாய்ப்பும் இருக்கிறது. எனவே புலன்களை எந்த அளவு நாம் அதிகபட்ச விதத்தில் பயன்படுத்துகிறோம் என்பதைப் பொறுத்து தான் நமது திறனானது மதிக்கப்படவேண்டும். வெறும் ஊகங்களால் கேள்விப்படும் கருத்துகளால் மூடநம்பிக்கையால் ஒருவருடைய திறனை மதிக்கக்கூடாது.

என்னைப் பொறுத்தவரை சிறப்புத் திறனாளிகள்மீது அதிகபட்ச கரிசனம் காட்டும் நகரமாக சென்னை இருக்கிறது. நான் பல இந்திய நகரங்களுக்குப் போயிருக்கிறேன். தமிழ்நாட்டில்கூட பல இடங்களுக்குப் போயிருக்கிறேன். சென்னைபோல கருணை மிக்க இடம் வேறு எங்கும் இல்லை. அதுவே சில நேரங்களில் அதிகமாகவும் ஆகிவிடுகிறது.

ஒரு பார்வையற்ற சிறப்புத் திறனாளி சாலை ஓரம் நின்றிருந்தால் அவர் அந்த சாலையைக் கடக்க நினைக்கிறார் என்று நினைத்து அவரை அந்தப் பக்கம் விட்டுவிட்டு அதன்பின்தான் அவர் சாலையோரம் வெறுமனேதான் நின்றிருந்தார் என்று தெரிந்து கொள்ளும் அளவுக்கு அதிகமாகிவிடுகிறது.

பிறருக்கு உதவும் குணம் தங்களிடம் இருப்பதுபற்றி எல்லோருமே பெருமையாக நினைக்கவேண்டும் என்ற ஆசை எல்லோரிடமும் இருக்கிறது. இதனால் அதை எப்படியாவது எங்காவது செயல்படுத்த வாய்ப்பு கிடைக்காதா என்ற ஏக்கத்தில் இப்படிச் செய்கிறார்கள் பலர். மேலும் அவர்களின் உதவும் குணம் பற்றி அவர்களாகவே பலரிடமும் சொல்ல ஒரு வாய்ப்பு கிடைத்திருப்பதாக மனத்துக்குள் ஒரு பெரிய மகிழ்ச்சியைக் கொண்டுவிடுகிறார்கள். அது எந்த வகையிலாவது நிறைவேற வேண்டும் என்ற நோக்கத்தில் இப்படி நடந்துகொள்கிறார்கள்.

சிறப்புத் திறனாளிகள் பலருக்கு தாங்களாகவே பல செயல்களை செய்யும் ஆற்றல் இருக்கிறது. அதை அவர்களாகவே செய்யும் போதுதான் அவர்கள் மகிழ்ச்சி அடைகிறார்கள். யாருடைய உதவியும் இன்றி இருப்பது பற்றிய ஒரு பலம் அவர்களுக்குத் தேவைப்படுகிறது. அதனால் தானாக யாராவது உதவி செய்ய முன் வந்தால்கூட ஏற்கவேண்டாம் என்று நினைப்பவர்களாகவும் அவர்கள் இருக்கக்கூடும். மேலும் அவர்கள் குறையற்றிருப்பதாக எண்ணிக் கொள்ளும் சந்தர்ப்பங்களாக அவை அமைகின்றன. பிறரின் உதவியின்றி தனித்து இயங்குவதில் ஓர் உற்சாகம் எல்லா சிறப்புத் திறனாளிகளுக்கும் உண்டு. அதை அவர்கள் அனுப விக்க நினைத்தால் அவர்களை விட்டுவிடலாம். தொல்லை செய்யாமல் இருந்துவிடலாம். ஆனால் சிலருக்கு உதவி தேவைப்படும். அவர்களுக்கு உதவலாம். இந்த விதமான விழிப் புணர்வை எல்லோரும் முதலில் வளர்த்துக் கொள்ளவேண்டும். இது தான் சிறப்புத் திறனாளிகள் எதிர்பார்க்கும் ஒன்று.

ஒவ்வொருவரும் மற்றொருவருக்கு ஏதாவது ஓர் உதவி செய்யவேண்டும் என்று நினைக்கிறார்கள். அப்படி ஒரு வாய்ப்பு கிடைக்கும்போது அதைச் செய்துவிட்டால் அவர்களுக்குத் திருப்தி ஏற்படுகிறது. தான் ஒரு மாபெரும் காரியத்தை செய்துவிட்டதாக ஓர் உளமார்ந்த ஒத்தடத்தைக் கொடுத்துக் கொள்கிறார்கள்.

17

அதான் எனக்குத் தெரியுமே

THE OMNISCIENT

அறிவாளி படத்தில் ஒரு நகைச்சுவைக் காட்சி: தங்கவேலு தன் மனைவியிடம் பேசும் காட்சி:

தங்கவேலு: என்ன சமைக்கப் போறே?

முத்துலட்சுமி: என்ன பலகாரம் பண்ணலாம்னு யோசிட்டு இருக்கேன்.

தங்கவேலு: நல்லவேளை யோசனையோட நிறுத்தினியே! பூரி உருளைக்கிழங்கு பண்ணிவை. சாப்பிட ஆசையா இருக்கு.

முத்துலட்சுமி: நான்கூட அதான் யோசிட்டு இருந்தேன். எவ்வளவு பொருத்தம் பாருங்க.

தங்கவேலு: நேற்று மசால் தோசை பண்ணி அதில் இருக்கற மசாலை யாரோ நாறிட்டு போயிட்டான். சரி பூரின்னா நல்லா பண்ணனும் என்னா...

முத்துலட்சுமி: நீங்க உங்க பக்க பிரகாரம் சொல்லுங்க. நான் கேட்டுக்கறேன்

தங்கவேலு: இப்படி உக்காரு. என்ன ஆணி அடிச்சா மாதிரி கையகட்டிக்கிட்டு. முதல்ல ஒரு குண்டானை எடுத்து... அதுல ஒரு அரை ஆழாக்கு கோதுமை மாவு போடணும்.

முத்துலட்சுமி: அதான் எனக்குத் தெரியுமே! (மெதுவான முணுமுணுப்புபோல்)

தங்கவேலு: தெரியுமில்ல... அதுல தலைல இரண்டு உப்புக்கல்லு போடணும். தண்ணிய தெளிச்சு நல்லா பிசையணும்.

முத்துலட்சுமி: அதான் எனக்குத் தெரியுமே!

தங்கவேலு: அப்புறம் உருண்டையா உருட்டிக்கணும்.

முத்துலட்சுமி: அதான் எனக்குத் தெரியுமே!

தங்கவேலு: அப்புறம் என்ன செய்யணும் தெரியுமா?

முத்துலட்சுமி: அதாங்க எனக்குத் தெரியாது!

தங்கவேலு: ஆ! அப்பளத் தட்டை எடுத்து அப்பளம் மாதிரி ரவுண்ட் ரவுண்ட்டா போட்டுக்கணும்.

முத்துலட்சுமி: அதான் எனக்குத் தெரியுமே!(தீர்மானமாக)

தங்கவேலு: அப்புறம் என்ன செய்யணும்?

முத்துலட்சுமி:அதாங்க எனக்குத் தெரியாது

தங்கவேலு: தெரியாதில்ல... பெரிய குண்டானா ஒண்ணு எடுத்து

முத்துலட்சுமி: அதான் எனக்குத் தெரியுமே!

தங்கவேலு: எல்லாம் தூக்கி அதுல போட்டு...

முத்துலட்சுமி: அதான் எனக்குத் தெரியுமே!

தங்கவேலு: அது நிறைய தண்ணிய ஊத்தி...

முத்துலட்சுமி: அதான் எனக்குத் தெரியுமே!

தங்கவேலு: நல்லா குழைச்சுவை...

முத்துலட்சுமி: அதான் எனக்குத் தெரியுமே!

தங்கவேலு: நான் வந்து குதிக்கறேன்...

முத்துலட்சுமி: அதான் எனக்குத் தெரியுமே! (பின் அர்த்தம் புரிந்து) என்னங்க நீங்க இப்படி சொல்றீங்க?

தங்கவேலு: பின்னே என்னா, ஏதாவது தெரியலைன்னா என்னாங்க ஏதுங்கன்னு அடக்க ஒடுக்கமா கேக்கணும். எல்லாம் தெரிஞ்ச மாதிரி அதான் எனக்குத் தெரியுமே! அதான் எனக்குத் தெரியுமேன்னு! என்னத்தைத் தெரியும். பெரிய மேதாவி மாதிரி!

இந்தக் காட்சி பார்த்துக் கொண்டிருந்தபோதுதான் நானும் இது போல பல சமயங்களில் சிலரிடம் இப்படி பேசிக்கொண் டிருந்தது நினைவுக்கு வந்தது. எல்லாம் தெரிந்தவர்களிடம்தான் பேசுகிறோம் என்பதுபோல செய்பவர்கள் இவர்கள். ஒரு விஷயத்தைச் சொல்வதற்கு முன்பே தெரியும் என்பார்கள். அது என்ன என்று கேட்டால் தெரியாது என்பார்கள். தனக்குத் தெரி யாததை தெரியாது என்று ஒப்புக்கொள்வதில் என்ன பிரச்னை இவர்களுக்கு இருக்கிறது என்று தெரியவில்லை. தெரியாது என்று ஒப்புக்கொண்டால் எதுவுமே தெரியாது என நினைப் பார்கள் என்ற எண்ணமா? அல்லது கௌரவப் பிரச்னையா? அல்லது எந்த விஷயமுமே தனக்குத் தெரியாமல் இருக்க முடியாது என்ற அதீத நம்பிக்கையா? ஏன் இப்படி இருக்க வேண்டும்?

ஒருவர் ஒரு விஷயத்தை பற்றிச் சொல்கிறார் என்றால் அதை பொறுமையாகக் கேட்டு அது குறித்து தனக்கு என்ன தெரியுமோ அதைப்பற்றி மட்டும் சொன்னால் போதும். தெரியாததைப் பற்றி அமைதியாக இருந்துவிட்டால் போதும். அல்லது அவர் சொன்ன விஷயம் தனக்குத் தெரியாமல் இருந்தது; அவர் சொன்ன பின் தனக்குத் தெரிய வந்தது என்று வெளிப்படையாக சொன்னால் இன்னும் நல்லது. எல்லா விஷயமும் எல்லாருக்கும் தெரியும் என்றில்லை. சில விஷயங்கள் தெரியாமல் இருக்கும். அதைத் தெரியாதது என்று ஏற்பதன் மூலம் எந்த ஒரு பிரச்னையும் வராது. அதன் காரணமாக யாரும் எதுவுமே தெரியாதவர் என்று எண்ணிக்கொள்ளப் போவதில்லை. அந்த ஒரு நம்பிக்கை இருக்கவேண்டும்.

அதீத உற்சாகத்தின் காரணமாக இப்படி சிலர் சொல்வார்கள்.

கேட்பவர் மேலும் உற்சாகம் அடைந்து அதை அவருக்கு விளக்க வேண்டும் என்ற எண்ணத்திலும் இருக்கலாம். அல்லது சொல் பவர் எதிராளிக்கு தெரிந்ததைத்தான் சொல்கிறோம், புதிதாக எதுவும் இதில் இல்லை என்ற எண்ணத்தை ஏற்படுத்துவதற்காக இருக்கலாம். சிலருக்கு கேட்கும் விஷயத்தில் சுவாரசியம் இருக்காது. சொல்பவர் அதை விரைவில் முடிக்கட்டும் என்பத தற்காக இப்படிச் சொல்வார்கள். எப்படி இருந்தாலும் இந்த அத்தனை வகையான மனிதர்களும் சொல்பவர் விஷயத்தை அறியாதவர்கள்தான். ஆனால் அது தனக்குத் தெரியும் என்று

சொல்லிக் கொள்வதில் உற்சாகம் அடைபவர்களாகவே இருக்கிறார்கள்.

தனக்குத் தெரியாமல் எதுவும் இருக்காது என்ற எண்ணம் இதில் மேலோங்கி இருக்கிறது. மேலும் அப்படி இருந்ததைப் பற்றி அறிந்து கொள்ளவேண்டாம் என்ற எண்ணமும்கூடவே இருக்கிறது. ஒருவர் சொல்லிக் கேட்டுக் கொள்வதால் தன்னுடைய மேன்மை போய்விடுகிறது என்ற எண்ணம் கொண்டவர்கள்தான் அதிகம் இருக்கிறார்கள். ஒருவர் தெரிந்துகொண்டதை நாம் தெரிந்து கொள்வதில் ஒரு நன்மை விளையும் என்ற எண்ணம் இருப்பதில்லை. மேலும் தன் முனைப்புதான் இதற்கு முக்கிய காரணம். மேலும் ஒரு விதமான ஈகோவும் இதில் செயல் படுகிறது.

எனக்கு இதை ஒட்டி சிறு வயதில் படித்த ஒரு கதை நினைவுக்கு வருகிறது.

ஒரு காட்டில் ஓர் ஆண் சிங்கமும் பெண் சிங்கமும் இருந்தன. பெண் சிங்கம் அந்தக் காட்டுக்கு அருகில் இருந்த மேய்ச்சல் நிலத்தில் ஆடு, மாடுகள் மேய்வதைக் கண்டு அவற்றை எப்படி யாவது அடித்துத் தின்றுவிடவேண்டும் என்ற விருப்பம் கொண்டிருந்தது. ஆனால் அந்த நிலத்திற்குச் செல்ல முடியாதபடி முட் செடிகளும் ஒரு பெரிய பள்ளத்தாக்கும் இருந்தது. அதைத் தாண்டி எப்படிச் செல்வது என்று பெண் சிங்கம் யோசித்துக் கொண்டிருந்தது. அதற்கு ஒரு யோசனை பிறந்தது.

அருகில் ஒரு மலை இருந்தது. அந்த மலைமீது ஏறி மறுபக்கம் கீழிறிங்கி வந்தால் அந்த நிலத்தை அடையலாம் என்று பெண் சிங்கத்துக்குப் புரிந்தது. அதற்கு கீழிறங்கிச் செல்ல சரியான பாதையைக் கண்டுபிடிக்கவேண்டும். இதை ஆண் சிங்கத்திடம் சொல்லி அதற்கான ஏற்பாடுகளைச் செய்யச் சொன்னால் என்ன என்று தோன்றியது. மலைக்கு செல்லும் போதும் அங்கிருந்து இறங்கி வரும் போதும் சரியான ஒரு பாதை இருந்தால் வேகமாகப் போய் வரலாம் என்று பெண் சிங்கம் நினைத்தது. ஆண் சிங்கத்திடம் போய் இந்த மேய்ச்சல் நிலம் பற்றியும் அதற்கு அருகில் இருக்கும் மலை பற்றியும் அதில் பாதை இருந்தால் சுலபமாகச் சென்று அந்த ஆடு, மாடுகளைப் பிடிக்கலாம் என்றும் கூறியது.

ஆண் சிங்கம் எல்லாவற்றிற்கும் தலையை ஆட்டிவிட்டது. மேலும் தனக்கு அந்த இடம் தெரியும் என்றும் அந்த இடத்திற்குச் சென்று பெண் சிங்கத்தை அழைப்பதாகவும் கூறிவிட்டுச் சென்றது. பெண் சிங்கம் மலைக்கு எதிரில் இருக்கும் ஓர் இடத்தில் நின்றுகொண்டு ஆண் சிங்கத்தின் வரவை எதிர் பார்த்துக் காத்திருந்தது. ஆண் சிங்கம் வெகு நேரமாகியும் வரவில்லை.

ஆண் சிங்கம் அந்த மேய்ச்சல் நிலத்தைத் தேடிக் கிளம்பியது. சிறிது தூரம் போன பின்னால்தான் அந்த மேய்ச்சல் நிலம் எங்கிருக்கிறது என்பதே தனக்குத் தெரியாது என்பதையும் அதை எப்படி அடைவது என்பது பற்றி யாரிடமும் கேட்கவும் முடியாது என்பதையும் புரிந்துகொண்டது. திரும்பிச் சென்று பெண் சிங்கத்திடம் கேட்டால் அதற்கு கோபம் வரும் என்பதால் எப்படியாது தானே தேடிக் கண்டடையலாம் என்று நினைத்துப் புறப்பட்டது.

ஆனால் எங்கு தேடியும் அதனால் கண்டுபிடிக்க முடியவில்லை. இறுதியில் மலைக்கு அருகில் என்று பெண் சிங்கம் சொன்னது நினைவில் இருந்ததால் அந்த மலையை அடையலாம் என்று நினைத்துப் போனது. அது மிகவும் செங்குத்தான மலை என்பதால் மிகவும் சிரமப்பட்டு மலை ஏறியது. எப்படியோ உச்சியை சென்றடைந்துவிட்டது. அப்படியே அந்த இடத்தில் சுற்றி வந்தபோது கீழே மேய்ச்சல் நிலமும் அதில் மேயும் ஆடு, மாடுகளும் தெரிந்தன. அங்குதான் பெண் சிங்கம் வரச்சொன்ன தாக நினைத்து மேலிருந்து அப்படியே கீழே குதித்தது. அது குதிக்கும் ஓசை கேட்டு ஆடு, மாடுகள் ஓட்டமாக ஓடி மறைந்தன. மேலும் அந்த உயரத்திலிருந்து குதித்து பழக்கம் இல்லாத சிங்கம் தாறுமாறாகக் குதித்து கால்கள் உடைந்து கதறியது.

ஆண் சிங்கம் குதிப்பதைப் பார்த்து பெண் சிங்கம் திகைத்துப் போய் நின்றது. ஆண் சிங்கத்திடம் ஓடி வந்து ஏன் இப்படிச் செய்தாய் என்று கேட்டது. அப்போது அந்த இடமும், பாதையும் தனக்குத் தெரியாது என்றும் அதனால் அதை அடையமுடியாமல் போனதையும் இறுதியில் ஆடு, மாடுகளைக் கண்டதும் உற்சாகம் மிகுதியானதில் குதித்ததையும் வேதனையோடு சொன்னது. பெண் சிங்கத்துக்கு கடும் கோபம் மூண்டது. தன்னிடம்

கேட்டிருந்தால் அந்த இடத்தையும் சொல்லியிருப்பேன். ஆடு, மாடுகளையும் தவறவிட்டிருக்க வேண்டாம் என்று கோபத்துடன் சொல்லி விட்டு எக்கேடும் கெட்டு ஒழி என்று அந்த ஆண் சிங்கத்தை அங்கேயே விட்டுவிட்டுப் போனது.

பாருங்கள், இந்தக் கதையில் வருவதுபோல் தெரியாததை தெரியாது என்று ஒப்புக் கொண்டிருந்தால் பிரச்னை வந்திருக்குமா? ஆனால் நம்மில் பலருக்கு இப்படித்தான் தெரியும் என்று கூறிவிட்டு பிறகு சிரமப்படுவது மிகவும் பிடிக்கிறது.

எளிமையான விஷயங்களிலிருந்து பெரிய விஷயங்கள்வரை இப்படித்தான் தெரியாததை தெரியும் என்று நினைத்துக் கொண்டிருப்பது எத்தனை ஆபத்தானது. தெரியும் என்று நினைத்துக் கொண்டிருப்பது தன்னையே ஏமாற்றிக் கொள்வதாகிறது. அது பற்றி ஒரு கவனம் வேண்டும் அல்லவா? அல்லது தெரியாமல் இருப்பதை தெரியவில்லை என்று ஏற்பதன் மூலம் தெரியாமல் இருப்பதைத் தெரிந்து கொள்வதற்கான வாய்ப்பு கிடைக்கிறது.

இதேபோல்தான் ஆங்கிலம் கற்க வருபவர்கள்கூட ஆங்கிலத்தில் தனக்கு எல்லாமே தெரியும், ஆனால் ஒரு சில அம்சங்கள் மட்டும் தெரியாமல் இருக்கலாம். அதை கற்றுக் கொள்ளலாம் என்று நினைப்பார்கள். அவர்களுக்கு உண்மையில் அடிப்படையே தெரியாமல் இருக்கும். ஆனால் அதை ஏற்க மனமின்றி இருப்பார்கள். வெறும் இலக்கணம் மற்றும் கற்றுத் தரச் சொல்வார்கள். அதை வைத்து ஆங்கிலம் பேசிவிட முடியும் என்று எண்ணிக் கொள்வார்கள்.

Is, Was போன்றவை தனக்குத் தெரியாது. அதை மட்டும் கற்றுக் கொடுத்துவிட்டால் போதும் என்று சொல்பவர்களை நான் பார்த்திருக்கிறேன். ஆங்கிலம் என்பது இது போன்ற சில சொற்களில் மட்டும் அடங்கிவிடக்கூடியது அல்ல என்பதை அவர்களுக்குப் புரியவைத்திருக்கிறேன்.

ஆங்கிலம் சரியாகப் புரியாதவர்கள் மத்தியில் பேசும்போது தமிழில் பேசுவதை கடைபிடிக்கிறேன். என்னைத் தெரிந்தவர்கள் நான் ஏன் தமிழில் பேசுகிறேன் என்று குழப்பம் அடைவார்கள். ஆங்கிலம் சரியாகப் புரியாதவர்கள் என்பதால் அவர்களை அவமானப்படுத்தக்கூடாது என்பதற்காக தமிழில் பேசுகிறேன் என்பதை பிறகு அவர்களுக்கு புரியவைப்பேன்.

தனக்கு எல்லாம் தெரியும் என்று நினைப்பவர்கள் இருக்கையில் நாம்தான் அவர்களுக்கு என்ன தெரியாது என்பதைப் புரிந்து அவர்களை அவமானப்படுத்தாமல் அவர்களுக்குத் தெரியாது என்பதைப் புரியவைக்கவேண்டும்.

> ஒருவர் சொல்லிக் கேட்டுக் கொள்வதால் தன்னுடைய மேன்மை போய்விடுகிறது என்ற எண்ணம் கொண்டவர்கள்தான் அதிகம் இருக்கிறார்கள். ஒருவர் தெரிந்து கொண்டதை நாம் தெரிந்து கொள்வதில் ஒரு நன்மை விளையும் என்ற எண்ணம் இருப்பதில்லை.

www.ingramcontent.com/pod-product-compliance
Lightning Source LLC
LaVergne TN
LVHW100402181026
850499LV00037B/562

* 9 7 8 9 3 5 1 3 5 1 6 9 6 *